खुशी

जगण्याचे कारण तू

प्रणिता गौंड आटोळे (नीता)

Copyright © Pranita Gound Atole (Neeta)
All Rights Reserved.

माझे पहिले पुस्तक मला वाचनाची आवड लावणाऱ्या माझ्या पप्पांना आणि माझ्या प्रत्येक कामात मला प्रोत्साहित करणाऱ्या माझ्या आईला आणि पतीला समर्पित करते.

अनुक्रमणिका

लेखिका

प्रणिता योगेश आटोळे (नीता)
संपर्क: goundpranita@gmail.com
प्रथम आवृत्ती: एप्रिल 2022
मुखपृष्ठ
श्री. नितीन दत्तात्रय भराडे-पाटील
संपर्क: nikhasur@gmail.com

१

खुशी: जगण्याचे कारण तू...

उन्हाची किरणे डोळ्यावर पडली तेव्हा त्याला थोडी थोडी जाग आली. डोकं अजूनही जड वाटत होतं त्यामुळे डोकं पकडूनच तो उठून बसला. कपाळावर आठ्या पाडून हळूच त्याने डोळे उघडून पाहिले तर तो वेगळ्याच ठिकाणी होता. कपाळावर हात फिरवला तर त्यावर बँडेज केलं होतं.

एक छोटीशी रूम आणि त्यात एका बेडवर तो झोपला होता. अंगावर कालचेच कपडे होते, डोक्यावर ताण दिल्यावर त्याला आठवले, काल तो बारमध्ये खूप ड्रिंक्स पिऊन गाडी घेऊन बाहेर पडला आणि काही वेळाने अचानक गाडी कुठे तरी धडकली आणि नंतर.. नंतरचं काहीच आठवत नव्हतं. अंगावरचे ब्लँकेट बाजूला करून तो बाहेर आला तर ते एक छोटेसे कौलारू घर होते. समोर हॉल दिसला आणि एका बाजूला गाणं गुणगुणण्याचा आवाज येऊ लागला. तो पुढे सरकला तर किचनमध्ये एक मुलगी पाठमोरी उभी होती. बहुतेक किचन ओट्यावर काही तरी काम करत असावी. तिच गाणे गुणगुणत होती, सोबत तिच्या बांगड्याही किणकिण आवाज करत होत्या.

"अरे, उठला तुम्ही? बरं वाटतंय आता?" ती मुलगी मागे न वळताच म्हणाली.

"मी...मी... इथे?" त्याने थोडं अडखळत विचारले.

"आधी फ्रेश होऊन या. त्या तिथे बाथरूम आहे, मी चहा ठेवलाय. चहा घेत बोलूयात." ती आताही पाठमोरी राहूनच बोलत होती. तो मग काहीच न बोलता फ्रेश होऊन आला तर बाहेरच्या अंगणात ती चहा घेऊन बसली होती. तो तिच्या मागून फिरून समोर गेला अन त्याला तिचा चेहरा दिसला.

थोडी नीमगोरी असलेल्या तिने ओले केस क्लिपमध्ये बांधले होते. कपाळावर कुंकवाचा टीका लावला होता. साधारण चोवीस पंचवीस वर्षाची असावी. तिला पाहून क्षणभर त्यालाही प्रसन्न वाटलं. तिने कपात चहा ओतला आणि उठून हातात घेऊन उभी राहिली.

"तुमचा चहा" ती समोर दृष्टी ठेवत म्हणाली. त्याने हात पुढे केला तरी ती तशीच उभी होती. त्याला विचित्र वाटलं. ती अंदाजाने पुढे सरकू लागली पण अचानक टेबलच्या कोपऱ्याला धडकली आणि हातातला चहा त्याच्या हातावर पडला.

"आहहsss!" त्याने पटकन हात झटकला.

"ओहह सॉरी! खूप भाजले का?" तिने त्याचा हात धरायला स्वतःचा हात हवेत फिरवला. तिच्या चेहऱ्यावर अपराधीपणा दिसत होता.

"तुला दिसत नाही का? माझा हात भाजला." तो चिडक्या स्वरात म्हणाला. तिच्याकडे त्याचे लक्षच नव्हते.

"सॉरीsss! मला खरंच दिसत नाही. आंधळी आहे मी!" तिचा थोडा खालावलेला आवाज कानी पडला आणि आता तो तिला थोडं गोंधळूनच पाहू लागला. ती तशीच समोर दृष्टी ठेवून बोलत होती.

"सॉरी... मला माहित नव्हतं." तो ओशाळून म्हणाला.

"इट्स ओके, मला हे ऐकण्याची सवय आहे. माझीच चूक होती पण तुम्हाला जास्त भाजले नाही ना?" तिने ही किंचित घाबरून विचारले.

"नाही"

"तुम्ही बसा, मी दुसरा चहा बनवते." तिने परत किटलीतून उकळलेला चहा कपात घेऊन त्यात साखर आणि दूध घेऊन चमच्याने हलवायला सुरुवात केली. तो मात्र तिचे अंदाजाने काम करणे पाहत होता.

"मी खुशी!" आपलं काम करत ती म्हणाली. तिने चहाचा कप समोर धरला. आता मात्र त्याने लगेच तिच्या हातातून कप घेतला.

"मी विनीत!" त्यानेही निर्विकारपणे सांगितले.

"मी इथे कसा आलो?" आपली ओळख सांगून त्याने पुढे विचारले.

"तुमचा अपघात इथे बाहेरच रस्त्याला झाला होता. मला आवाज आला आणि मी बाहेर आले. माझ्यासोबत मीनाही होती. मग आम्ही तुम्हाला गाडीतून बाहेर काढले. मदतीला दुसरे कोणी नव्हते आणि इथे हॉस्पिटलला जायची पण काही सोय नव्हती म्हणून मग आम्ही तुम्हाला घरी घेऊन आलो. गावातील डॉक्टर काकांना बोलावले. डॉक्टर काका आले. त्यांनी तुम्हाला तपासून जखमेवर पट्टी

केली आणि इंजेक्शन दिले. आज सकाळपर्यत तुम्ही शुद्धीत याल हे सांगितलं आणि आता तुम्ही माझ्या समोर आहात." खुशीने काल तो इथे आल्यापासून काय काय घडलं ते एका दमात सांगितले.

"सॉरी! काल ते खूप..." त्याला सांगायला नको वाटत होतं म्हणून तो मध्येच थांबला.

"ड्रिंक केलं होतं तुम्ही..." तिनेच त्याचं वाक्य पूर्ण केलं. तो मात्र गप्पच बसला.

"बर्दाश्त नहीं कर सकते तो क्यों इतना पीते हो विनीत बाबू?" खुशी जरा मस्करीच्या सुरात म्हणाली.

"कौन कम्बख्त बर्दाश्त करने को पीता है?" तोही खिन्नपणे म्हणाला. त्याचा चेहरा दिसत नसला तरी त्याच्या आवाजावरून तिला कसे तरीच झाले.

"हम्म.. म्हणजे परिस्थिती खूप गंभीर आहे तर?" तिने वातावरण जरा हलके करण्याचा प्रयत्न केला.

"राग येणार नसेल तर एक विचारू? कोण आहे ही निशा? बोलण्याने मन हलकं होतं असे म्हणतात सगळे म्हणून विचारलं. पण नसेल आवडणार तर नका सांगू." त्याचा अंदाज घेत ती म्हणाली.

"तुला निशाबद्दल कसे कळाले?" त्याच्या डोळ्यात आणि शब्दांत आश्चर्य होतं.

"ते तुम्ही रात्रभर तिचं नाव घेत होता म्हणून कळालं."

"म्हणजे तू माझ्यासाठी रात्रभर जागी होतीस?"

"अंमsss हो! म्हणजे... आधीच मला दिसत नाही. तुम्हाला काही हवे असेल तर मला कसे कळणार आणि तुम्ही रात्री उठला तर विचार करून मी जागी होते पण पहाटे माझी पण झोप लागली."

"थँक्स...अँड सॉरी... माझ्यामुळे तुला त्रास झाला." विनीतला थोडे अपराधी वाटले.

"इट्स ओके. 'कर भला तो हो भला' असे माझे बाबा म्हणायचे."

थोडा वेळ दोघे शांतच बसले. तिला वाटले त्याला आवडले नाही निशाचे नाव काढलेले. ती उठणार इतक्यात त्याने बोलायला सुरुवात केली.

"निशा माझ्यासोबत कॉलेजला होती. दिसायला एकदम सुंदर आणि माझी फॅमिली फ्रेंड होती. कधी तिच्या प्रेमात पडलो समजलंच नाही. ओळख असल्याने तिला विचारले आणि ती ही मला 'हो' म्हणाली. आधी मैत्रीण म्हणून आणि नंतर कॉलेजची दोन वर्षे आणि त्यानंतर अजून काही वर्षे कपल म्हणून आम्ही सोबत होतो. पण काही महिन्यांपासून आमच्यात भांडणं होत होती. मी लग्न

करूया म्हणले तर ती टाळायची आणि एक दिवस मी तिला हॉटेलमध्ये दुसऱ्याच कोणासोबत पाहिले तेव्हा कळाले, ती वर्ष झाले त्या मुलाला पण डेट करतेय.

मी जाब विचारला तर म्हणाली, 'माझा तुझ्यातला इंटरेस्ट संपला आहे. तुला माझ्यासोबत फिरायला, मजामस्ती करायला वेळ नाही. कामाला जुंपलेला बैल आहे तू! ज्याला आयुष्य कसे जगायचे ते माहितच नाही.' मी हे ऐकून अवाक झालो. कॉलेजला शेवटच्या वर्षाला असताना डॅड वारले. बिझनेस सांभाळणे गरजेचे होते. डॅड नसल्याने बिझनेस डबघाईला आला होता. त्यामुळे तिला लग्नानंतर एक छान आयुष्य मिळावे म्हणून मी दिवस रात्र मेहनत करत होतो आणि या मेहनतीमुळे तीन वर्षात माझा बिझनेस बऱ्यापैकी स्थिरावला. आता तिच्या घरी जाऊन तिचा हात मागायचा, एक नवीन आयुष्य सुरू करायचे स्वप्न पाहत होतो मी आणि तीsss ती मला फसवत होती. मी मागे रडत राहिलो आणि ती दुसऱ्या कोणाचा हात पकडून लग्न करून निघून गेली." हे सांगतानाही त्याचे डोळे डबडबले. खुशीने पाण्याचा ग्लास समोर धरला. तो रिकामा करून त्याने परत बोलायला सुरुवात केली.

"काल सहा महिन्यांनी ती परत दिसली. गळ्यात मंगळसूत्र, तेही दुसऱ्या कोणाच्या नावाचं! तिच्या हाती दुसऱ्या कोणाचा हात मला सहन झाला नाही. बारमध्ये जाऊन तिला विसरण्यासाठी खूप प्यायलो. तरीही मनातली बेचैनी कमी होत नव्हती. मग गाडी घेऊन वाट दिसेल तिकडे जात राहिलो. काय करायचे? कुठे जायचे? काहीच कळत नव्हतं. फक्त तिला विसरायचं होतं आणि त्यात कशी माझी गाडी रस्त्याच्या खाली गेली कळलेच नाही." एवढे बोलून तो शांत झाला. परत एकदा शांतता पसरली.

"मग दारू पिऊन प्रश्न सुटला का?" काही वेळाने शांतता भंग करत खुशीने विचारले.

"प्लिज! आता माझ्या आईप्रमाणे तू पण भाषण देऊ नको. ज्यांचं जळतं त्यालाच कळतं प्रेमात विश्वासघात झालेल्याचं दुःख!" तो थोडा चिडत म्हणाला. तशी ती पुढे काहीच बोलली नाही. नंतर त्यालाच आपली चूक लक्षात आली. तो खूपच आवाज वाढवून बोलला होता म्हणून त्याला अपराधी वाटू लागले.

"सॉरी! मी असे बोलायला नको होते. पण जो तो येतो मलाच बोलतोय. कोणी मी दारू पितो म्हणून मला सुनावतो तर कोणी मी निशाला सांभाळू शकलो नाही म्हणून माझ्यावर हसतोय. माझ्या प्रॉब्लेमचं उत्तर कोणाजवळ नाही. सल्ले मात्र सगळे देत आहेत." तो हताशपणे म्हणाला.

"मी समजू शकते. बरं तुम्ही अंघोळ करून घ्या. मी तुमच्यासाठी काही कपडे पाहते. जवळच्या गॅरेजमध्ये फोन केलाय. सदाभाऊ येऊन तुमची गाडी नीट करून देतील." एवढे बोलून ती आत निघून गेली. तोही तिच्या मागे गेला. तिने त्याला आत असलेले दुसरे बाथरूम दाखवले आणि बाहेर आली.

गरम पाणी अंगावर पडताच त्याला थोडं बरं वाटलं. शॉवर खाली डोळे बंद करून तो उभा होता. त्या पाण्यात त्याचे अश्रूही मिसळत होते. पुरुषाला रडायला जणू बंदी असते. तो असाच कुठे तरी एकांतात कुढत असतो. किती स्वप्न पाहिली होती निशासोबतच्या सुखी आयुष्याची! एक घर, सुखी संसार, पुढे जाऊन आपली मुलं... बस खूप काही नव्हतं मिळवायचं आयुष्यात. फक्त तिच्या सोबतीने मनमुराद जगायचे होते पण बदल्यात फसवणूक मिळाली. त्याच्या स्वप्नांचा महाल डोळ्यांदेखत कोसळला आणि तो काहीच करू शकला नाही.

गेले सहा महिने तो असाच कुठेतरी दारूच्या नशेत पडलेला असायचा. आई बोलायची, समजवण्याचा प्रयत्न करायची पण निशाशिवाय आयुष्यात काहीच नको वाटत होतं. पहिलं प्रेम होती ती आणि कदाचित शेवटचं! तिच्यासाठी मेहनत करून बिझनेस इतका वर आणला होता. आता तिथे काम करायची पण इच्छा नव्हती. गेले काही महिने बिझनेसमध्ये पण त्याच लक्ष नव्हतं.

काल ती परत दिसली. ती खूप आनंदात होती. तो मात्र तिच्या आठवणीत झुरत होता. बाजूने जाताना तिने नजर फिरवली. तिने साधी ओळखही देऊ नये आपल्याला? प्रेमाची नाही पण मैत्रीची तरी लाज राखायची होती. तिचं हे वागणं त्याच्या मनाला लागलं आणि त्याने नेहमीपेक्षा जास्तच ड्रिंक घेतलं आणि वाट दिसेल तिकडे निघाला. झरझर काही गोष्टी नजरेसमोरून गेल्या आणि त्याने हताशपणे डोळे बंद केले. खूप वेळ झाला आपण आत आहोत हे लक्षात आले आणि तो टॉवेल गुंडाळून बाथरूममधून बाहेर आला. त्याने बाहेर येऊन पाहिलं तर खुशी हातात एक शर्ट धरून त्यावर प्रेमाने हात फिरवत होती. त्याची चाहूल लागली तसा हातातला शर्ट पटकन बेडवर ठेवून ती बाहेर निघून गेली. त्याला तिच्या डोळ्यात थोडे अश्रू असल्यासारखे वाटले.

काहीच वेळात तो तयार होऊन बाहेर आला. तिने दिलेले कपडे त्याला अगदी मापात बसले होते. तेवढ्यात बाहेर कोणासोबत तरी खुशी बोलत असल्याचं जाणवलं तसा तो ही व्हरांड्यात आला तर समोर एक माणूस होता.

"साहेब मी सदा.. मेकॅनिक हाय, तुमची गाडी बघितली म्या.. जरा येळ लागल. संध्याकाळपर्यंत नीट करून देतू म्या." सदा म्हणाला तसे विनीतने नुसती होकारात मान हलवली तसा सदा निघून गेला.

"आता माझी मुले येतील, किचनमध्ये नाष्टा बनवून ठेवला आहे, तो प्लिज तुम्हाला स्वतःलाच हाताने घेऊन खावा लागेल. तो खाऊन तुम्ही थोडा आराम करा." खुशी बाहेर जात म्हणाली.

"मुले येतील म्हणजे?" तिच्याकडे पाहून तिचं लग्न झालं असेल असे वाटत नव्हते म्हणून त्याने गोंधळून विचारले.

"म्हणजे माझ्या शाळेतील मुले! ती येतील आता." नेहमी प्रमाणे तिच्या चेहऱ्यावर हसू होतं.

"ओहह... सॉरी! मला समजलं नव्हतं."

काहीच वेळात फाटकातून एक एक मुलगा आत येऊ लागला. ओसरीवर बसून विनित त्यांनाच पाहत होता. कोणी अंध, तर कोणी अपंग. कोणाला बोलता येत नव्हतं तर कोणाला चालता येत नव्हतं. अशी काही मुले आत आली आणि त्यातल्या एका मोठ्या मुलाने सगळ्यांना व्हरांड्यात एका बाजूला असणाऱ्या खोलीत बसवले. त्या खोलीत एका भिंतीवर फळा होता. मुलांसाठी खाली बसायला सतरंजी अंथरली होती तर काही मुलांसाठी खुर्च्याही ठेवल्या होत्या.

शिकवण्याआधी खुशीने प्रार्थना म्हणायला सुरुवात केली. तशी बाकी मुलेही तिच्यामागे गात होती. तिच्या आवाजात साक्षात सरस्वतीचा वास होता. विनीतही मंत्रमुग्ध होऊन ऐकत होता.

"आज मीना दिदी नाही तर आज मी सगळं तोंडी सांगेल. आजचा लेखी अभ्यास आपण उद्या करू." प्रार्थना झाल्यावर खुशीने मुलांना काही सूचना देऊन शिकवायला सुरुवात केली. तिचा आवाज विनीत पर्यंतही पोहचत होता.

पण आज मीना म्हणजे तिची मैत्रीण आणि इथे तिची सहकारी नसल्याने बऱ्याच अडचणी येत होत्या. मुले लहान होती आणि खुशीला दिसत नव्हते. गोंधळ उडत होता आणि खुशी त्यांना शांत करायचा प्रयत्न करत होती. शेवटी हा गोंधळ पाहून विनीत स्वतःच जाऊन तिथे त्या मुलांची मदत करू लागला. गोंधळ कमी झाला तसं तिलाही थोडं हायसं वाटलं. काही वेळात मुले माघारी गेली आणि ते दोघे परत घरात आले.

"तुम्ही बसा. मी जेवण गरम करते. तुम्ही अजून काही खाल्लं नाही." खुशी पटकन किचनमध्ये जात म्हणाली.

"मी मदत करू?" त्याच्या आवाजात काळजी जाणवली.

"असू द्या... करते मी. सवय आहे मला एकटीने काम करायची."

दोघांची अजून एवढीही ओळख नव्हती. त्यामुळे त्यालाही जास्त बोलता आले नाही. ती आत गेल्यावर तो हॉल न्याहाळत होता. एका भिंतीवर असलेल्या

फोटोकडे त्याचं लक्ष गेलं. नववधूच्या वेषात असलेली खुशी एका मुलासोबत उभी होती. कपड्यावरून तो तिचा नवरा वाटत होता.

"म्हणजे खुशीचं लग्न झालंय?" तो मनाशीच पुटपुटला.

"मग तिच्या गळ्यात मंगळसूत्र नाही दिसलं आणि रात्रीपासून तर ती एकटीच दिसतेय आणि हे कपडे तिच्या नवऱ्याचे असतील का?" त्याने अंगात घातलेल्या शर्टकडे पाहत विचार केला. त्याला बरेच प्रश्न पडले होते, तेवढ्यात खुशीने जेवण वाढलं तसा तो खाली जाऊन बसला. रात्रीपासून काही खाल्ले नव्हते म्हणून आता भूक लागली होती. तिने त्याला जेवण वाढून स्वतःलाही घेतलं.

"तुझं लग्न झालंय ना?" त्याने एक घास खात विचारले.

"हूंsss" तिने फक्त हुंकार भरला. तिच्या चेहऱ्यावर आलेली दुःखाची लकेर त्याला लगेच जाणवली.

"सॉरी! मी काही चुकीचे विचारले असेल तर. मी भिंतीवरचा फोटो पाहिला म्हणून विचारले."

"इट्स ओके... तो पार्थ आहे, माझा नवरा!" खुशी मान खाली घालून म्हणाली.

"कुठे आहे तो? म्हणजे सकाळपासून दिसला नाही." त्याने सहज विचारले.

"तो इथे राहत नाही."

"मग कुठे राहतो? तेही तुला एकटीला इथे सोडून?" तिला दिसत नसताना तो बाहेर कुठे कामासाठी राहत असेल विचार करून त्याने विचारले.

"तो त्याच्या बायको आणि मुलासोबत राहतो." ती खिन्नपणे हसत म्हणाली आणि इकडे विनीतचा जेवणारा हात मध्येच थांबला.

"काय?" तो आश्चर्याने ओरडला.

"प्लिज! तुम्ही आधी जेवण करून घ्या. यावर नंतर बोलूयात." तिने जेवायला सुरुवात केली. पण त्याला तिचे शब्दच आठवत होते. त्याची खायची इच्छाच उडाली होती. ताटातले अन्न कसे बसे संपवले आणि ती पुढे काय सांगणार हे ऐकण्यासाठी तो आतूर झाला. तिने सगळं आवरलं तसा तो तिच्या समोर येऊन बसला.

"तू मघाशी काय म्हणालीस? तुझा नवरा त्याच्या बायको आणि मुलासोबत राहतो म्हणजे? त्याने तुला चिट केलं? पण का?" त्याला आता त्या फोटोत पाहिलेल्या तिच्या नवऱ्याचा भयंकर राग येत होता.

"प्लिज! तुम्ही एवढे चिडू नका. माझ्यासाठी आता ती एवढी महत्त्वाची गोष्ट नाही. तुम्ही आराम करा. अजून तुम्हाला औषध पण खायची आहेत." तिने उत्तर द्यायचे टाळले.

"पण मला ऐकायचं आहे." तो पटकन म्हणाला.

"म्हणजे तुला काही प्रॉब्लेम नसेल तर..." आता मात्र तो हळूच म्हणाला. आपण तिच्या वैयक्तिक आयुष्यात नाक खुपसतोय असे त्याला वाटले.

"बर सांगते." त्यानेही विश्वासाने निशाबद्दल सांगितले होते म्हणून तिनेही एक दीर्घ श्वास घेतला आणि सांगायला सुरुवात केली.

"माझे बाबा याच गावात शिक्षक होते. त्यामुळे माझे शालेय शिक्षणही इथेच पूर्ण झाले. बाबांना शिक्षणाचे महत्व माहित होते. त्यामुळे त्यांनी मला पुढे शिक्षणासाठी पुण्याला पाठवले. पुण्यात सिनिअर कॉलेजमध्ये पार्थ सोबत ओळख झाली आणि नंतर आम्ही दोघे एकमेकांच्या प्रेमात पडलो. कॉलेज संपले आणि दोघेही जॉब करू लागलो.

माझ्या घरी लग्नाचा विषय निघायला लागला तसे मी बाबांना पार्थबद्दल सांगितले. माझी आई मी लहान असतानाच वारली. आम्ही दोघेच एकमेकांसाठी असल्याने बाबांचा माझ्यावर विशेष जीव होता. त्यामुळे ते माझ्या आनंदासाठी लगेच आमच्या लग्नाला तयार झाले. पण पार्थच्या घरचे आमची जात वेगळी असल्याने तयार होत नव्हते. शेवटी त्यांना न सांगताच आम्ही लग्न केलं आणि पुण्यातच आमचा संसार थाटला. आम्ही बऱ्याच विनवण्या केल्या पण पार्थच्या घरचे लोक आमचं नातं स्वीकारायला तयार नाहीच झाले. ही एक गोष्ट सोडली तर आमचा सुखाचा संसार सुरू होता. सगळं सुरळीत सुरु असताना अचानक एकेदिवशी एक बातमी आली. माझे बाबा कायमचे हे जग सोडून गेले होते. पार्थ कंपनीच्या कामासाठी बाहेर गेला होता त्यामुळे मी एकटीच गाडी घेऊन इकडे यायला निघाले. पण रस्त्यात माझाच अपघात झाला. जेव्हा शुद्ध आली तेव्हा कळाले माझे डोळे आणि पोटातले तीन महिन्याचे बाळ मी कायमचे गमावले आहे. आयुष्यात आलेला हा अंधकार, पोटातले बाळ आणि माझ्यावर जिवापाड प्रेम करणारे बाबा गमावल्याचे तिहेरी दुःख मी भोगत होते. दुःखाचं आभाळ कोसळलं होत माझ्यावर!" खुशीचे डोळे हे सांगताना भरून आले होते. आवाजात दुःख जाणवत होतं आणि विनीत... विनीत स्तब्ध होऊन ऐकत होता. काही वेळ कोणी काहीच बोलले नाही. खुशीने जवळचा पाण्याचा ग्लास तोंडाला लावून थोडे पाणी पिले आणि पुढे बोलायला सुरुवात केली.

"मी माझ्या दुःखात घरात राहून जगणे विसरले होते. पार्थही माझ्यासाठी दुःखी होता. त्यानेही आमचं बाळ गमावले होते. अश्यात सहा महिने गेले. मला सावरायला वेळ लागत होता. माझ्या डोळ्यांसाठी हॉस्पिटलमध्ये जाऊन आलो. दृष्टी परत येऊ शकत होती पण त्यासाठी काही लाखांचा खर्च होता. एवढी रक्कम

त्यावेळी तरी आम्ही लगेच उभारू शकत नव्हतो.

'पैसे जमवून आपण तुझ्या डोळ्यांचे ऑपरेशन करू.' पार्थ नेहमी दिलासा द्यायचा. एक दिवस मीना म्हणजे माझी मैत्रीण मला जबरदस्तीने जवळच्या मंदिरात घेऊन गेली. तिच्या आधाराने मी कित्येक दिवसांनी घराबाहेर पडले होते. देवाचे दर्शन घेतले आणि थोडा वेळ कुठे तरी बसावे म्हणून मीना मला शेजारच्या गार्डनमध्ये बसवून पाणी आणायला गेली आणि एका जोडप्याचे बोलणे नकळत माझ्या कानी पडले.

'तुला कळत का नाही, माझं तुझ्यावर खूप प्रेम आहे आणि आता तर मी तुझ्या बाळाची आई होणार आहे.' ती स्त्री रडत रडत बोलत होती.

'हो स्नेहा! पण मी तिला हे कसे सांगू? ती माझ्या आयुष्यात असताना तुझ्यासोबत लग्न कसे करू? माझ्याशिवाय तिचे या जगात कोणीच नाही, शिवाय तिला दिसतही नाही. कशी जगेल ती माझ्याशिवाय?' तो हताशपणे म्हणाला.

'इतक्या वेळा माझ्याजवळ येताना तर ती कधी आठवली नाही, मला दरवेळी मिठीत घेताना ती कधी आठवली नाही आणि आता लग्न करताना ती आठवत आहे? ती कशी जगेल याची काळजी वाटतेय? आणि आपलं बाळ! त्याचं काय? त्याचा जीव घ्यायचा की बाप असून पण त्याला अनाथासारखं वाढवू मी? जग त्याला आपलं पाप म्हणेल. नाही! मी अस होऊ देणार नाही... तू लवकर तिला डिव्होर्स दे नाहीतर मी स्वतःच तिला आपल्या नात्याबद्दल सगळं सांगेल.' ती स्त्री काहीशी धमकी देत म्हणाली.

'प्लिज! ती आता कोणताच धक्का सहन करण्याच्या मनस्थितीत नाही. मला थोडा वेळ दे. मी लवकरच तिच्याशी बोलेल.' तो विनंती करत म्हणाला.

'कधी सांगशील? माझ्या घरी ही गोष्ट आधीच उघड झाली तर प्रॉब्लेम होतील.' तिचा कंठ दाटून आला होता.

'नको काळजी करू स्नेहा. मी नक्की काही तरी उपाय शोधेल.' तो तिला धीर देत म्हणाला. काही वेळ अजून बोलून ते दोघे निघून गेले. मी मात्र तशीच बसून राहिले. कारण दिसत नसलं तरी आवाज माझ्या ओळखीचा होता. तो पार्थ होता, माझा नवरा!" खुशीने आपलं बोलणे पूर्ण केले. पण तिच्या डोळ्यातून एक अश्रू गालावर ओघळला जो पटकन पुसून तिने पुढे बोलायला सुरुवात केली.

"माझं प्रेम, माझं आयुष्य, माझा शेवटचा आधार, माझं सर्वस्व होता पार्थ आणि तो आज कोणा दुसऱ्या स्त्रीजवळ होता. तिच्यासोबत त्याचे नाते इतके पुढे गेले होते की तिच्या पोटात पार्थचे बाळ होते. हा धक्का मला सहन झाला नाही आणि मी तिथेच चक्कर येऊन खाली कोसळले. जवळ येणाऱ्या मीनाने

पाहिले आणि धावत येऊन मला लोकांच्या मदतीने दवाखान्यात नेले. डॉक्टर म्हणाले कसला तरी मानसिक धक्का बसला आहे, त्यानंतर मीना मला बराच वेळ विचारत होती 'काय झालं?' पण त्यावेळी मला सांगताच आलं नाही 'माझं जग उध्वस्थ झालं.' काही वेळाने बरे वाटल्यावर मीना मला घरी घेऊन आली. मला आराम करायला सांगून निघून गेली. मला अजूनही माझ्या कानांवर विश्वास बसत नव्हता. जे ऐकलं ते चुकीचे असूदेत, माझा गैरसमज असूदेत अशी मी देवाकडे प्रार्थना करत होते. संध्याकाळी जेव्हा पार्थ घरी आला तेव्हा त्याने प्रेमाने मला जवळ घेतलं पण मला त्या स्पर्शात आज प्रेम नाही तर फसवणूक वाटत होती. माझ्या डोक्यात अजूनही गार्डनमध्ये ऐकलेले शब्द घुमत होते, मी त्याला झटक्यात मागे सारले.

'काय झालं खुशी?' पार्थने गोंधळून विचारले.

'तू केव्हा पासून लेडीज परफ्युम वापरायला लागला?' मी विचारताच पार्थ गडबडला.

'काही काय? मी तर माझाच परफ्युम लावलाय. तुला वेगळा वाटला असेल.'

'मला फक्त डोळ्यांना दिसत नाही, नाक आणि कान अजून नीट काम करतात. हा लेडीज परफ्युम आहे जो गार्डनमध्ये त्या स्त्रीला मिठीत घेतल्यावर तुझ्या कपड्यांना लागला आहे.' मी रागातच म्हणाले कारण पुरावे तेच सांगत होते. पार्थच्या मात्र चेहऱ्यावरचा रंग उडाला असावा.

'आज गार्डनमध्ये कोणासोबत होता?' मी रागातच विचारले.

'तू हे काय म्हणतेय खुशी? मी... मी तर ऑफिसमध्ये होतो.' त्याची उडालेली भांबेरी माझ्या लक्षात आली आणि मी सरळ त्याचा हात माझ्या डोक्यावर ठेवला.

'तुला माझी शपथ आहे. मला फक्त खरं ऐकायचं आहे.' मी म्हणताच तो समजून गेला आता खोटे बोलण्यात अर्थ नाही.

'सॉरी खुशी! आय अम रिअली सॉरी! तुझा अपघात झाला, आपलं बाळ गेलं, तू दुःखात आकंठ बुडाली होती आणि मी... मी एकटा पडलो होतो गं... आई बाबाही बोलत नव्हते. माझं दुःख कोणासोबत वाटू कळत नव्हतं तेव्हा स्नेहा म्हणजे माझी ऑफिसमधली जुनी कलीग भेटली. एकेदिवशी मी दुःखात ड्रिंक करून रस्त्याने येताना तिला धडकलो. तिने मला ओळखलं, माझी अशी अवस्था पाहून तिलाही वाईट वाटलं. ती मला तिच्या घरी घेऊन गेली. माझी विचारपूस केली. तेव्हा खूप दिवसातून तिच्या समोर खूप रडलो. मनातलं दुःख तिच्यासोबत वाटून मोकळं वाटलं. त्यारात्री माझ्यावर नशेचा अंमल होता. माहित नाही कसा पण मी वाहवत गेलो आणि तिनेही थांबवलं नाही. तिचं माझ्यावर एकतर्फी प्रेम होतं

पण माझं लग्न झाले आहे समजल्यावर तिने कधी व्यक्त केलं नव्हतं. त्यारात्री आम्ही एकमेकांच्या खूप जवळ आलो. जेव्हा दुसऱ्या दिवशी जाग आली, माझ्या लक्षात आले मी किती मोठी चूक केली. तिची माफी मागून आपल्या घरी आलो. तुझ्यासोबत नजर मिळवू शकलो नाही पण तिने मला यासाठी कधीच दोष दिला नाही तर मला समजून घेतलं. काही दिवस आमचं काहीच बोलणं आणि भेटणं झालं नाही नंतर ती परत एका ठिकाणी अचानक भेटली. जे झालं त्यात चूक दोघांची आहे म्हणून तिने मला मी स्वतःला दोषी समजू नये म्हणून समजावलं. हळूहळू आमची मैत्री झाली. तिच्या बोलण्याने मी स्वतःला सावरत होतो, माझ्या आयुष्यातील हरवलेले हास्य ती परत आणत होती, त्यासाठी खूप प्रयत्न करत होती. तिच्या कृतीतून तिचं माझ्यावर किती प्रेम आहे मला दिसत होतं आणि मग मीही स्वतःला रोखू शकलो नाही. आमच्या भेटी वाढत गेल्या आणि.....'

'आणि तू कायमचा माझ्यापासून दूर गेला.' माझ्या डोळ्यातून अश्रू आले कारण मी माझा नवरा त्याक्षणी कायमसाठी गमावला होता.

'सॉरी खुशी! तुला दुखावण्याचा हेतू नव्हता. पण मला त्यावेळी मानसिक आधाराची गरज होती आणि त्यावेळी स्नेहा माझा आधार बनली.'

'मानसिक आधाराची गरज होती की शरीरसुखाची?' मी उद्विग्न होऊन प्रश्न केला.

'खुशीsss' माझा प्रश्न ऐकताच त्याचा आवाज वाढला होता.

'पार्थ! दुःखी मी पण होते, त्रासात मीही होते. आधाराची गरज मलाही होती. आपण एकमेकांना सुख दुःखात साथ द्यायचे वचन दिले होते. एकमेकांचा आधार बनू म्हटलं होतं, पण तू काय केलं? एक संकट आलं आणि तू इतक्या लगेच हार मानली. मला आधार द्यायचा सोडून स्वतःच बाहेर मानसिक आधार शोधत बसला. ठीक आहे. मी हेही मान्य केलं असतं. तुला मानसिक आधाराची गरज होती तो आधार तिने दिला. भावनेच्या भरात तुम्ही खूप जवळही आला. पण त्या नंतर काय? एकदा घडलेली चूक माणूस माफ करेल पण परत परत ती चूक केली गेली तर ती चूक नाही गुन्हा असतो आणि मला फसवून तू तो गुन्हा केला आहे. माझ्या विश्वासाचा, माझ्या भावनांचा खून केला आहे.' मी त्वेषाने म्हणाले पण तो काहीच म्हणाला नाही.

'खरं तर मी माझ्या दुःखात होते, आंधळी होते आणि तू शरीरसुखासाठी बाहेर आधार शोधला, बरोबर ना?' मी हतबल होऊन विचारले.

'मला माफ कर खुशी. मान्य आहे मी चुकलो. पण आमच्या नात्यात मी आता खूप पुढे गेलोय. आता मनात आणले तरी मी मागे फिरू शकत नाही. तिला सोडू

शकत नाही. तिच्या पोटात माझं बाळ आहे. एकदा मी माझं बाळ गमावलं आहे परत माझ्यात माझं बाळ गमवायची हिंमत नाही.' त्याने हळव्या सूरात म्हटले आणि माझी उरली सुरली आशाही संपली. कारण त्याने बाळ आणि माझ्यात त्या बाळाला आणि त्याच्या आईला निवडलं होतं.

'आणि माझे काय पार्थ? मी कसे जगू तुझ्याशिवाय? तुझ्याशिवाय या जगात माझे कोणीच नाही?' मी हे विचारल्यावर तो गप्पच बसला. त्याच्याकडे काहीच उत्तर नव्हते. बराच वेळ शांतता पसरली. नंतर मात्र मी आत निघून गेले. हाताला येईल ते कपडे बॅगेत टाकले आणि बॅग घेऊन बाहेर हॉलमध्ये आले.

'खुशी, तू कुठे निघालीस? हे बघ आपण काही तरी तोडगा काढू.' पार्थ माझ्या हातातली बॅग पाहून म्हणाला.

'डिव्होर्स पेपर पाठवून दे. मी साइन करेल.' एवढे बोलून मी बाहेर पडले. तो आवाज देत राहिला. मी मात्र तशीच बॅग घेऊन मागे न वळता पुढे चालत राहिले. दिसत नसताना कशी तरी दोन दिवसाने इथे बाबांच्या घरी पोहचले. इथे आल्यावर पार्थने एकदाही मला फोन केला नाही की मला भेटायला आला नाही. त्यानंतर काही दिवसांत डिव्होर्स नोटीस आली. सहमतीने डिव्होर्स होत असल्याने जास्त वेळ लागला नाही. नंतर मात्र आठवड्यात त्याच्या लग्नाची गोष्ट कानावर आली." खुशी भूतकाळ आठवून सांगत होती. विनीत कानात प्राण आणून सगळं ऐकत होता. त्याचे डोळे कधी पाणावले त्यालाही कळाले नाही.

"तू त्याला असेच का जाऊ दिले? त्याला खडसावून जाब विचारायचा होता. त्याला शिक्षा द्यायची होती. त्याच्यावर केस करायची होती." विनीतला पार्थचा खूप राग आला होता. नात्यात फसवणूक झाल्यावर कसे वाटते त्याला चांगलेच माहित होते.

"ज्याच्या मनात मी नाही त्याला माझ्या आयुष्यात जबरदस्तीने कसे बांधून ठेवणार होते मी? तो माझा पार्थ राहिला नव्हता, जाच्यावर मी प्रेम केलं होतं आणि कशी शिक्षा देऊ त्याला? त्याचं आयुष्य वाढावे, त्याला सुख मिळावे म्हणून प्रार्थना केल्या होत्या, बरेच व्रतवैकल्य केले होते. नंतर त्याला ते सुख मिळालेही फक्त त्या सुखात मी सोबत नव्हते म्हणून त्याला शिक्षा करू? माझे मन नाही तयार झाले त्याला तोही त्रास द्यायला. त्याच्या सुखात माझं सुख होतं आणि काय साध्य झाले असते त्याच्यावर केस करून? कोर्टात फेऱ्या मारायला लागल्या असत्या, आमचं खाजगी आयुष्य चव्हाट्यावर आणून लोकांना चर्चेला फक्त विषय मिळाला असता. कारण त्याने त्याचे सुख शोधले होते ज्यात मी नव्हते. आमच्या नात्याचा दोर तुटला होता जो जबरदस्तीने जोडला असता तरी त्यात

पडलेली गाठ आयुष्यभर त्रास देत राहिली असती आणि त्या बाळाचे काय? त्यालाही त्याच्या वडिलांची गरज होती.

मला माहित नाही त्यावेळी चूक कोणाची होती, दुःख कुरवाळत बसून पार्थकडे, त्याच्या इच्छांकडे दुर्लक्ष करणारी मी की स्वतःच्या इच्छा पूर्ण करण्यासाठी बाहेर दुसरा पर्याय शोधून मला फसवणाऱ्या पार्थची? चूक त्या वेळेची होती की माझ्या नशिबाची माहित नाही पण इतकं मात्र नक्की आहे, काही गोष्टी आपल्या हातात नसल्या तर त्या सोडून द्याव्यात. जर गुलाबाचे फुल आवडते म्हणून हातात घट्ट पकडले तर त्याचे काटे टोचून जखम आपल्यालाच होते तसेच या दुःखद आठवणी, काही माणसं जेवढी जास्त मनात ठेवू तेवढा जास्त त्रास आपल्यालाच होतो. म्हणून तो प्रसंग मनात कुठे तरी खोलवर ठेवून मी नवीन सुरुवात केली आहे. माझ्यासारख्या विकलांग मुलांना आत्मनिर्भर करण्याचा माझा प्रयत्न आहे. यात माझी मैत्रीण मीना माझी मदत करते." ती हलकं हसत म्हणाली आणि विनीत निशब्द झाला.

"त्याचेही प्रेम होते ना तुझ्यावर मग तो असे कसे वागू शकतो? आणि अश्या विश्वासघातकी माणसाचा फोटो आणि हा शर्ट तू अजून जपून ठेवला आहे?" तिचे बोलणे ऐकून तो निशब्द तर झाला पण काही विचार केल्यावर आता त्याला खुशीचाही राग येत होता.

"त्याचेही माझ्यावर प्रेम होते पण एका क्षणी त्याचे प्रेम डगमगले आणि तो माझ्यापासून दूर गेला आणि मी प्रेम केलं होतं त्याच्यावर. त्याने नातं संपवलं म्हणून मीही प्रेम विसरायला व्यवहार नव्हता केला. त्याचं प्रेम संपलं तरीही त्याच्यावर प्रेम करायला मी स्वतःला नाही थांबवू शकले आणि हा त्या वेळचा फोटो आणि शर्ट आहे ज्या वेळी तो फक्त माझा होता. त्याने केलेला विश्वासघात सोडला तर त्याच्या सोबतच्या खूप चांगल्या आठवणी अजूनही मी मनात साठवून ठेवल्या आहेत. शेवटी माझ्याकडे आता हाच तर एक ठेवा आहे." खुशीने म्हटले आणि तिचे हेही बोलणे ऐकून तो अंचबीत झाला.

"तुला खरंच त्याच्या वागण्याचं वाईट नाही वाटलं? त्याचा कधी राग नाही आला?" आपल्याला निशाने धोका दिल्यावर किती राग आला होता आठवून त्याने विचारले.

"हम्मss... राग तर आला होता. खूप राग आला होता पण जेव्हा शांत डोक्याने विचार केला तेव्हा समजले, प्रत्येकाची प्रेमाची परिभाषा वेगळी असते. कोण मनावर प्रेम करतं, तर कोण तनावर! काहींच्यात इतका संयम असतो की जन्मभर ते आपल्या जोडीदाराची वाट पाहू शकतात तर काहींना आपल्या शरीराच्या

मागणी पुढे झुकावे लागते. कदाचित मी अपघाताने एका ठिकाणी बसून असताना पार्थचेही असेच काही झाले असेल." तिने सुस्कारा सोडत म्हटले आणि विनीतला आठवले निशा आणि त्याचेही बरेच विचार जुळायचे नाही. तो दूर राहूनही प्रेम करत होता आणि ती मात्र सहवास मिळत नाही, वेळ मिळत नाही दोघांना एकत्र म्हणून कुरकुर करायची.

"एवढा मोठा धोका कसा पचवलास तू? या सगळ्यांतून बाहेर पडायला खूप त्रास झाला असेल ना?" तिला स्वतःला इतकं सावरलेलं पाहून त्याला आश्चर्य आणि तिच्याबद्दल कुतूहल वाटू लागले होते.

"पार्थच्या वागण्याला धोका म्हणू की स्वार्थ मला अजूनही कळत नाही. म्हणजे खरं सांगू माणूस हा प्राणीच मुळी खूप स्वार्थी आहे. तो दुसऱ्यांवर प्रेम करतो कारण त्यालाही समोरच्याकडून प्रेम हवे असते. प्रत्येकाच्या काही मानसिक, भावनिक आणि शारीरिक गरजा असतात त्यासाठी आपण समोरच्या व्यक्तीवर प्रेम करत असतो. एकदा का त्या गरजा संपल्या की ते प्रेमही संपते. मानवी वृत्तीच अशी आहे की प्रत्येक जण एकाच गोष्टीने समाधानी नाही राहू शकत. आज ज्या व्यक्तिशिवाय आपण राहू शकत नाही, जिच्यासाठी सगळ्या जगासोबत भांडायला तयार असतो कालांतराने तीच व्यक्ती नकोशी वाटते. ती समोर आली तरी आपल्याला राग येतो कारण इतक्या दिवस ती व्यक्ती आपल्या मनाप्रमाणे, आपल्या मर्जीने वागत असते पण जेव्हा ती व्यक्ती आपल्या मनाप्रमाणे वागत नाही तेव्हा आपल्याला या गोष्टीचा त्रास होतो आणि ती व्यक्ती आपल्या आयुष्यात नकोशी होते. कदाचित पार्थसाठी माझी गरज संपली असावी म्हणून त्याने दुसरा पर्याय निवडला. या मानवी स्वभावासाठी त्याला दोष देणे कितपत योग्य आहे?" खुशीने असे म्हणल्यावर विनीतला तर काय उत्तर द्यावे समजलेच नाही. तो शांत आहे पाहून तिने पुढे बोलायला सुरुवात केली.

"जर खरंच तुमचे प्रेम असेल कोणावर तर त्या व्यक्तीच्या सुखात सुख मानता आले पाहिजे पण जर त्या व्यक्तीला दुसऱ्या कोणासोबत सुखी पाहून तुम्हाला त्रास होत असेल तर समजून जा तुम्ही कधी त्या व्यक्तीवर प्रेम केलंच नाही. प्रेम तर तुम्ही फक्त स्वतःवर करत होता आणि करत आहात." आपले उदाहरण देत नकळत खुशीने विनीतचे कानही टोचले.

"आणि राहिला प्रश्न हा धक्का पचवायचा तर हा धक्का खरंच खूप मोठा होता. आधी आई, बाबा आणि नंतर माझं बाळ जाणे यासगळ्यासोबत अजून एक वाईट गोष्ट म्हणजे पार्थचे यापद्धतीने माझ्या आयुष्यातून दूर होणे पाहून मी खचले होते. इथे आल्यावर जगायची इच्छा राहिली नव्हती. नेहमी साध्या वाटणाऱ्या

गोष्टी करणेही अवघड झाले होते. फक्त डोळ्यासमोरच नाही तर आयुष्यात अंधकार झाला होता. जगण्यासाठी काही कारणच राहिले नव्हते. एकदा हताश होऊन स्वतःचा जीव देण्याचा विचार करत होते की एक लहान मुल रडताना ऐकले तेव्हा चौकशी केल्यावर कळाले तो मुलगा मूकबधिर आहे. त्याची आई त्याला एकट्याला घरात बंद करून काम करायला बाहेर जाते कारण तिचाही नवरा नव्हता आणि पोट भरण्यासाठी तिला काम करणेही गरजेचे होते. ती त्या मुलाला सोबत घेऊन जाऊ शकत नव्हती म्हणून त्याला घरात बंद करून जायची. त्याला आई असून आईजवळ दिवसभर राहता येत नव्हते आणि मी माझ्या आयुष्यात एकटी होते, मग मी त्याला सांभाळू लागले. पण मला अंध असल्याने बऱ्याच अडचणी येत होत्या. मला दिसत नव्हते आणि त्या बारक्याला बोलता येत नव्हते. त्यावेळी मीनाने माझ्याजवळ येऊन राहण्याचा निर्णय घेतला आणि तिच्या मदतीने हळूहळू अश्या मुलांसाठी आधी फक्त पाळणाघर आणि नंतर आम्ही शाळा सुरू केली.

यानिमित्ताने मला जगायला कारण मिळालं. या मुलांकडे पाहून, यांची जगण्याची धडपड पाहून मला जाणवलं, मी पाहू शकत नसले तरी कमीतकमी माझी कामं मी स्वतः करू शकते. ह्यातील काही मुलं तर प्रत्येक गोष्टीसाठी कायम दुसऱ्यावर अवलंबून असणार. मी आता नसले तरी आधी एक सामान्य आयुष्य जगले आहे पण या मुलांच्या नशिबी तेही नाही. यांचा विचार केला आणि जाणवलं आपण प्रेम, मैत्री, पैसा यासगळ्या गोष्टीं नाही मिळाल्या विचार करत आयुष्य जगायचे विसरून जातो, कुढत बसतो, रडत असतो पण ही मुलं छोट्या छोट्या गोष्टीत आनंद शोधतात. कारण यांच्यासाठी आयुष्य जगणेच एक कठीण काम असतं आणि ते कठीण काम केल्यावर जो आनंद असतो त्यांच्या चेहऱ्यावर, तो जाणून मला माझी सगळी दुःख हलकी वाटतात. प्रेमापेक्षा महत्वाचं आहे ते म्हणजे माणूसकीचे नाते आणि तेच माणूसकीचे नाते जपत आज मी या सगळ्यांसोबत खूप आनंदी आहे." बोलत बोलत खुशीने सोफ्यावर असलेले काही सामान त्यांच्या जागी ठेवले. सरावाने तिला कोणती वस्तू कुठे ठेवायची कळत होते.

"मला समजत नाहीये मी काय बोलू?" विनीत दीर्घ श्वास सोडत म्हणाला. तिचे विचार, तिची जगण्याची पद्धत, ती करत असलेले काम पाहून त्याला स्वतःचे जगणे आणि विचार तुच्छ वाटत होते.

"जर राग येणार नसेल तर एक गोष्ट बोलू?" खुशीने काही विचार करून विचारले.

"बोल ना." विनीत लगेच म्हणाला.

"कोणत्याही नात्यात अति अपेक्षा ठेवू नये. त्या पूर्ण नाही झाल्या तर आपल्यालाच त्रास होतो. आपण प्रेम केलं म्हणजे समोरच्या व्यक्तीनेही आपल्यावर प्रेम करावं हा अट्टहास का? पार्थ असूदे नाहीतर निशा, दोघांनी फसवणूक केली, विश्वासघात केला असं म्हणण्यापेक्षा त्यांनी त्यांचा स्वार्थ पाहिला म्हणूया पण त्यांच्या वागण्याची शिक्षा आपण आपल्याला का द्यायची?

जर काल तुम्हाला काही झाले असते तर नुकसान तुमचे झाले असते, तुमच्या कुटुंबाचे झाले असते. निशाला कदाचित काहीच फरक पडला नसता आणि ज्या व्यक्तीला आपला काही फरक पडत नाही त्याच्यासाठी आपण स्वतःला त्रास का करून घ्यायचा? तसंही आयुष्य खूप सुंदर आहे. प्रेम करण्याशिवाय आयुष्यात बाकी बरीच महत्वाची कामे आहेत. खूप लोकांना तुमची गरज आहे. तुम्ही तुमचं आयुष्य आणि तुमचा वेळ त्यांना द्या." ती बोलत होती आणि तो डोळे बंद करून ऐकत होता. या सहा महिन्यात निशाच्या आठवणीत त्याने स्वतःचे कितीतरी नुकसान करून घेतले होते.

"जे आपल्याला सोडून गेले ते आपले कधीच नव्हते असे समजा. आयुष्य एक प्रवास आहे, ज्यात वेगवेगळे प्रवासी भेटत राहतात. कोण कमी वेळ साथ देतात तर कोणी जास्त वेळ! आपण हा प्रवास एकट्याने सुरू केलेला असतो आणि तो एकट्यानेच संपवायचा असतो. त्यामुळे कोणा एका चुकीच्या व्यक्तीमुळे जगणे थांबवू नका." खुशी त्याला समजावत म्हणाली.

"हूंss" त्याने फक्त हुंकार भरला. तिने बोललेला प्रत्येक शब्द त्याला पटत होता. एव्हाना संध्याकाळ होत आली होती. गप्पा आवरत्या घेत तिने चहा केला. दोघे चहा पीत होते की सदाने गाडी आणून दिली. त्याला पैसे देऊन तो खुशीला म्हणाला, "मी निघतो आता."

"इतक्या उशिरा? अजून तुमची तब्येत ठीक नाही झाली. जखमही अजून ताजी आहे आणि त्यात रात्रीचा प्रवास करण्यापेक्षा तुम्ही उद्या सकाळी जा." तिला त्याची काळजी वाटत होती म्हणून तिने त्याला दुसऱ्यादिवशी जाण्याबद्दल सुचवलं. खरे तर त्यालाही इथून जावे वाटत नव्हते. आयुष्यात आलेली नकारात्मकता जाऊन कुठेतरी आज आशावादी वाटत होते. त्यानेही तिच्या बोलण्याला लगेच होकार दिला. रात्री दोघांनी जेवण केलं आणि तो बाहेर अंगणात येऊन चंद्राच्या प्रकाशात बसला.

"अजूनही निशाची आठवण येतेय? तिला विसरायला माझ्याकडे 'एकच प्याला' नाही. पण हो, ही 'प्याली' मात्र आहे." खुशी चहाचा कप अंदाजाने पुढे करत

मिश्कीलपणे म्हणाली.

"सॉरी, लोक यावेळी कॉफी पितात पण यावेळी घरात कॉफी नाही." त्याच्यापासून काही अंतरावर बसत खुशी हळूच म्हणाली.

"इट्स ओके." त्याने तिच्या हातातला कप घेतला आणि एक घोट पिऊन म्हणाला, "तू तुझ्या डोळ्यांची परत ट्रिटमेंट का करून घेतली नाही?"

"डोळ्यांवर ट्रिटमेंट करायला काही लाखांचा खर्च आहे जो मला शक्य नाही."

"तुझी हरकत नसेल तर मी पैसे देऊ शकतो. म्हणजे काही लाखांची किंमत माझ्यासाठी जास्त नाही."

"मला कोणाची भीक नको आहे." खुशी मान खाली घालून म्हणाली.

"भीक नाही गं, तू माझा जीव वाचवला. मला नवीन जीवन दिले. आता माझी वेळ आहे तुला थोडी मदत करायची." विनीत तिला समजावत म्हणाला.

"मी माणूसकी म्हणून तुमचा जीव वाचवला. तुमच्याकडून कसली अपेक्षा ठेवून तुमची मदत केली नाही."

"हो, या दोन दिवसात ते मला समजले पण वाटलं तर तू हे पैसे कर्ज म्हणून घे आणि जेव्हा तुझ्याकडे पैसे येतील तेव्हा मला परत कर." विनीतने आपली बाजू परत एकदा मांडली.

"तुम्ही माझा इतका विचार केला त्यासाठी धन्यवाद! पण मला तुमचे पैसे नकोत. असेही, आता मला माझी तुटलेली स्वप्ने आणि मोडलेला संसार आपल्याच डोळ्यांनी पाहायची इच्छाही नाही." ती खिन्न हसत म्हणाली आणि त्याच्या हृदयात एक कळ उठली. मन दुःखाने काठोकाठ भरले असताना तिच्या चेहऱ्यावर मात्र सतत हसू होते.

एक मुलगी सोडून गेली म्हणून तुटलेला तो जगण्याची उमेद हरवला होता याउलट आयुष्यात सगळंच गमावलेली ती दुसऱ्यांच्या आयुष्यात रंग भरत होती. काही वेळ गप्पा मारून दोघेही आपापल्या खोलीत झोपायला गेले. दुसऱ्या दिवशी निरोप घेताना उगीच त्याचे पाय जड झाले होते. तिला घट्ट मिठी मारून थँक्स म्हणावं वाटत होतं. एका भरकटलेल्या वाटसरूला तिने दिशा जी दाखवली होती. पण त्याने आपली इच्छा मनातच ठेवली. तो तिचा निरोप घेणारच होता की तेवढ्यात त्याने पाहिलं, काही तरी वस्तू मध्येच पडली होती आणि खुशी त्यावरून घसरून खाली पडणार तेवढ्यात विनीतने तिला सावरलं.

"सावकाश! तू ठीक आहेस ना?" ती पडेल या भीतीने विनीतही घाबरला होता.

"हो, मी ठीक आहे. काल मुले ह्या वस्तू इथेच ठेवून गेली वाटतं." ती त्या वस्तू उचलू लागली तसं विनीतने त्या वस्तू पटापट उचलून नीट ठेवल्या.

"तू एकटी कसे मॅनेज करणार?" त्याला तिला आंधळी म्हणून हिणवायचं किंवा तिचा कमीपणा दाखवून द्यायचा नव्हता आणि तिची काळजीही तितकीच वाटत होती.

"बस आज दुपारपर्यंत... मीना आज दुपारी परत येईल आणि काळजी करू नका. अश्या छोट्या मोठ्या धडपडण्याची मला सवय आहे." ती परत एकदा गोड हसत म्हणाली आणि तो तिचं हसू क्षणभर पाहतच राहिला.

"माझे हात" ती इतकंच म्हणाली आणि त्याच्या लक्षात आले तिला सावरताना त्याने तिचे दोन्ही हात घट्ट पकडले होते.

"सॉरी!" त्याने ओशाळून तिचे हात सोडले.

"हे माझं कार्ड.. आयुष्यात कधीही माझी गरज लागली तर एक कॉल कर. मी जिथे कुठे असेल तिथून मदतीला येईल." विनीतने आपले कार्ड तिच्या हातात टेकवले.

"धन्यवाद." खुशी ते कार्ड घेत म्हणाली.

"बाय!" म्हणत विनीतने एक पाऊल मागे टाकले.

"बाय!" खुशीनेही मान हलवत त्याला निरोप दिला.

त्याने तिचा निरोप घेतला आणि गाडीत जाऊन बसला. आत बसल्यावरही त्याने तिला मन भरून पाहून घेतले. तिच्या चेहऱ्यावरचे हास्य पाहून त्याच्या चेहऱ्यावरही एक हास्याची लकेर आली. तिला फोन नंबर मागायचा होता पण हिंमत झाली नाही मागायची. त्याने एक दीर्घ श्वास घेऊन गाडी सुरू केली आणि परतीच्या प्रवासाला निघाला. समोरच्या आरशात ती पाठीमागे दूर दूर जात असताना दिसत होती. ती दिसेनाशी झाल्यावर त्याने समोरच्या आरशयात स्वतःला पाहिलं तर आज त्याच्या चेहऱ्यावर समाधान, आनंद तर मनात एक सकारात्मकता होती. त्या आरश्यातून त्याची नजर मागे गेली तर बॅक सीटवर काही बिअरच्या बॉटल्स पडल्या होत्या. त्याने काही वेळाने गाडी बाजूला थांबवली आणि त्या बॉटल्स घेऊन बाहेर जाऊन उभा राहिला.

"गेले सहा महिने माझ्या सोबत फक्त तूच होतीस. वाटलेलं, तू सोबत असल्यावर मला निशाची आठवण येणार नाही. पण नाही, तुझा काही फायदा झाला नाही." विनीत बिअरच्या बॉटलकडे पाहून बोलत होता आणि नंतर त्याने एक एक बॉटल उघडून ती समोर रिकामी केली.

"या नशेची मला आता गरज नाही..." म्हणत त्याने डोळे बंद केले आणि खुशीचा चेहरा डोळ्यासमोर आला. गालात हसत त्याने परत एकदा स्टेअरिंग हातात घेतले. इश्काची नशा परत एकदा त्याच्यावर चढली होती. मनात काही तरी

निश्चय करून तो आपल्या घराकडे निघाला.

विनीत काही तास प्रवास करून मुंबईत आपल्या घरी पोहचला. एवढा प्रवास करूनही चेहऱ्यावर अजिबात थकवा नव्हता तर एक चैतन्य होतं. घरी पोहचल्यावर त्याच्या कपाळी बँडेज पाहिलं आणि त्याची आई काळजीने जवळ पोहचली.

"विनीतss कुठे होतास तू दोन दिवस? आणि हे डोक्याला काय झालं? अरे काळजीने माझा जीव जायचा बाकी होता. तुला साधा एक फोनही करता आला नाही."

"सॉरी ना आई! अगं माझा छोटासा अपघात झाला होता. गाडी बिघडली मग सगळं नीट व्हायला वेळ लागला त्यामुळे उशीर झाला आणि फोनही खराब झाला होता." विनीत आपली बाजू मांडत म्हणाला.

"असा कसा अपघात झाला? तू नक्कीच ड्रिंक करून गाडी चालवत असशील. तुला काही झालं असतं तर? कुठे होतास तू दोन रात्री?" त्या त्याला रागावत होत्या पण त्यातही काळजी होती. त्याला खुशीचे बोलणे आठवले. निशाच्या विचारात तो खरंच बाकी त्याच्यावर प्रेम करणाऱ्या लोकांना दुखावत होता.

विनीतने त्यांना सोफ्यावर बसवून कोणतीही गोष्ट लपवून न ठेवता, निशा परत दिसल्यापासून ते तो इथे परत येईपर्यंत प्रत्येक गोष्ट सांगितली. अगदी खुशीने त्याला कसे नीट समजावले आणि तिची जीवन कथाही सांगितली.

"खूप छान वाटली रे ती पोर! ऐकूनच तिला भेटू वाटतंय." चंद्रकलाताई म्हणजे विनितच्या आई म्हणाल्या.

"आई, एक बोलू? जर ती या घरात राहायला आली तर?" विनीतने थोडं अडखळत विचारले.

"म्हणजे?" चंद्रकलाताईंनी न समजून विचारले.

"ती तुला सून म्हणून चालेल?" धीर एकटवून त्याने विचारले.

"तुला बायको म्हणून चालत असेल तर मला तर धावेल." त्या किंचित हसत म्हणाल्या.

"आई ती अंध आहे, तिचा डिव्होर्स झाला आहे. तुला नक्की याचा काही प्रॉब्लेम नाही ना?" विनीतने आपल्या मनातील शंका बोलून दाखवली. आपल्या समाजात अंध आणि त्यातही डिव्होर्स झालेल्या मुलीला इतक्या सहज स्वीकारणे सोप्पे नव्हते याची त्याला कल्पना होती.

"जी मुलगी माझ्या मुलाच्या आयुष्यात जगण्याची उमेद आणू शकते, तिच्या डोळ्यांचा अंधपणा माझ्यासाठी महत्वाचा नाही. लोक सगळं दिसत असून

अंधासारखे वागतात, डोळ्यांवर जणू पट्टी बांधून फिरत असतात याउलट खुशी तर मला अंध असूनही डोळस वाटली. तिचा आयुष्याकडे पाहण्याचा दृष्टिकोन किती प्रकाशमय आहे. ती या घरात आली तर आपल्या घरात सुखाची पहाट येईल आणि त्या पार्थला सोनं सोडून पितळ आवडलं तर ह्यात त्याची चूक आहे, खुशीची नाही. मला काहीच अडचण नाही बाळा तिच्या डिव्होर्सी असल्याची." त्या त्याचा हात हातात घेत म्हणाल्या.

"थँक्स आई! हे बोलून तू माझं खूप मोठं टेन्शन कमी केलंय." त्याने तर चंद्रकलाताईंना मिठीच मारली.

"मग माझ्या सूनबाईला कधी घेऊन येतोस?" त्याच्यापासून थोडं दूर होत त्यांनी विचारले.

"हम्म... मला तर आत्ता जाऊन घेऊन येऊ वाटतंय. पण हे इतकं सोप्पे नाही. तिच्या बोलण्यात सकारात्मकता असली तरी ती स्वतःला लग्नासाठी दुसरी संधी देईल असं इतक्यात तरी वाटत नाही. तिने तिचं आयुष्य तिथल्या लहान मुलांसाठी निवडलं आहे. त्यात तिचा अंधपणा आणि पार्थने केलेला विश्वासघात यामुळे तिचं माझ्यावर लगेच विश्वास ठेवणं थोडं अवघड आहे." तो थोडा निराश होत म्हणाला.

"मग मी जाऊ का तिला बोलायला? मी तिला समजावेल. तू हुशार आहे, हँडसम आहेस, सेटल आहेस. तुला कोणती मुलगी नकार देईल?" चंद्रकलाताई त्याला समजावत म्हणाल्या.

"नाहीss नकोss खुशी बाकी मुलींसारखी नाही आणि तसेही मला काही घाई नाही. तिला वेगळ्या पद्धतीने हाताळायला लागेल पण त्याआधी मला दुसऱ्याच कोणाला तरी भेटावं लागेल." त्याने दुसरा फोन घेऊन एका डिटेक्टिव्हला फोन लावला आणि एका व्यक्तीची माहिती आणि फोन नंबर शोधायला सांगितला.

एका महिन्यानंतर...

आज विनीत जरा जास्तच उत्साहित झाला होता. त्याने नोकरांकरवे घरातील दोन गेस्टरूम स्वच्छ करून घेतल्या होत्या. आईला आणि घरातील बाकी नोकरदार व्यक्तींना सकाळपासून कित्येक वेळा त्याच त्याच सूचना देऊन झाल्या होत्या.

त्याला तर घर पण मस्त पैकी सजवू वाटलं होतं. फुलांच्या पायघड्या, दारात सनई चौघड्यांचा आवाज असं तिचे सुंदर स्वागत करायचं होतं पण यासाठी थोडं थांबावं लागणार होतं. मिनिटामिनिटाला त्याची नजर दाराकडे जात होती आणि एक वेळ अशी आली की बाहेर गाडी थांबल्याचा आवाज आला आणि तो पळत

दरवाजाजवळ पोहचला.

आज महिन्याभराने तो खुशीला पाहत होता. तिच्या चेहऱ्यावर आजही तेच गोड हसू होतं. जाऊन तिला घट्ट मिठीत घेण्याचे विचार किती मुश्किलीने तो अडवत होता. गेला एक महिना असा एकही क्षण नव्हता जेव्हा ती आठवली नाही. ह्या एका क्षणासाठी किती काय काय केलं होतं आणि आज ती फायनली त्याच्या घरात येणार होती पण तिला यातलं काहीच माहिती नव्हतं. मीनाच्या हाताला धरून ती टॅक्सीतून खाली उतरली.

"अगं सांग ना, आपण कुठे आलो आहोत?" खुशीने टॅक्सीतून उतरल्यावर परत विचारले.

"तुझं डोळ्याचं ऑपरेशन करायचं आहे तर महिनाभर आपल्याला सारखं हॉस्पिटलमध्ये जावं लागणार. मग दरवेळी आपण गावावरून ये जा तर नाही ना करू शकत म्हणून आपण इथेच मुंबईत राहणार आहोत." मीनाने तिच्या प्रश्नाचं उत्तर दिले.

"अगं पण हॉटेलमध्ये राहायचे म्हणले तर खूप पैसे जातील ना?" खुशीने मनातली चिंता व्यक्त केली.

"हॉटेल नाही. आपण माझ्या दादाच्या ओळखीचे एक मित्र आहेत त्यांच्या घरी आलोय. इथे फक्त ते आणि त्यांची आई दोघंच असतात. ते मित्र दिवसभर कामाला जातात मग त्यांच्या आईला सोबत म्हणून त्यांनी पेइंग गेस्ट ठेवायचा निर्णय घेतला आणि दादाने आपलं नाव सुचवलं. हे बघ हे लोक पैसे तर थोडेच घेत आहेत. आपल्याला फक्त त्यांच्या आईला सोबत करायची आहे. त्यांच्याशी गप्पा वगैरे मारत बसायच्या." मीना तिची चिंता कमी करायला म्हणाली.

"बरं... ठीक आहे." बोलत बोलत दोघीही आत आल्या तसे विनीतच्या आई चंद्रकलाताई पुढे आल्या. खुशीला पाहून त्यांनाही आनंद झाला. आपल्या मुलाच्या आयुष्यातील अंधकार दूर करणारी ही साधी मुलगी पण त्यांना खूप सुंदर भासली. त्यांनी हसून तिचे स्वागत केले.

"तुम्हा दोघींना प्रवासात काही अडचण तर नाही ना आली?" चंद्रकलाताईंनी विचारले.

"नाही काकू. काही अडचण नाही आली. आमचा प्रवास छान झाला." मीनाने स्मित करत उत्तर दिले.

"तुम्ही फ्रेश व्हा. तिकडे तुमच्या रूम्स आहेत. मी तुमच्यासाठी खायला काही तरी पाठवते." एवढं बोलून चंद्रकलाताई पुढची तयारी करायला गेल्या आणि मीना खुशीला घेऊन फ्रेश व्हायला गेस्ट रूममध्ये गेली. काही वेळात फ्रेश होऊन थोडं

खाऊन खुशी आराम करत झोपी गेली आणि ती झोपली हे पाहून मीना विनीतला भेटायला आली.

"थँक्स सर! तुम्ही आमची खूप मोठी मदत करताय. पण तुम्हाला नाही वाटत, इलाज करण्यासाठी पैशयांची मदत ठीक आहे पण राहण्याची व्यवस्थाही तुम्ही केलीत, तेही तुमच्याच घरी आणि खुशीला यातलं काही कळू देऊ नको म्हणालात. असे का?" मीनाने मनातली शंका बोलून दाखवली.

"मदत मी नाही तू माझी करतेय. थँक्स तर मी तुला म्हटलं पाहिजे." विनीत म्हणाला.

"म्हणजे?" मीनाने थोडं गोंधळून विचारले.

"मी तुला अंधारात नाही ठेवणार. खुशी... जेव्हा पासून तिला भेटलोय तिच्या प्रेमात पडलोय. तिच्याशी लग्न करायचं आहे. पण वाटलं कदाचित मी तिला बोलावल्यावर ती इथे येणार नाही. माझं असं मदत करणं तिला आवडणार नाही म्हणून कोणी चॅरिटी केली म्हणत तुला कॉन्टॅक्ट केला आणि तुलाच तिला डोळ्यांच्या ऑपरेशनसाठी तयार करायला सांगितलं आणि इथे माझ्याच घरी पेइंग गेस्ट म्हणून राहायला यायची आयडियाही दिली." विनीतने स्पष्टीकरण दिले.

"अच्छा! तरीच मला तुमच्या वागण्याचं आश्चर्य वाटलं. असे अनोळखी व्यक्तीसाठी एवढी मदत कोण करतं? पण माहित आहे ना, ती डिव्होर्सी आहे?"

"हो माहित आहे आणि मला याचा काही प्रॉब्लेम नाही."

"अजूनही मनात काही शंका आहे, विचारू?" मीनाने कचरत विचारले.

"हो विचार."

"तुम्ही इतके श्रीमंत, हँडसम आहात. कोणतीही सुंदर मुलगी सहज होकार देईल. याउलट खुशी नाकी डोळी छान आहे पण अगदीच सुंदर नाही, शिवाय अंधही आहे. तरीही तुम्ही तिच्यावर प्रेम करता... म्हणजे... तुम्ही तिला एकदाच भेटले आहात, तुमचा दुसरा काही हेतू.... तिला हर्ट तर नाही ना करणार?" मीना अडखळत बोलत होती. आपल्या मैत्रिणीच्या डोळ्यांची दृष्टी परत आणायला विनीत मदत करत होता आणि त्याच्यावरच ती संशय घेत होती पण आजच्या जमान्यात कोणी इतकी मदत करतंय पाहून कुठे तरी मनात शंकेची पाल चुकचुकत होती.

"माझ्या नजरेने पाहशील तर खुशी खूप सुंदर आहे. कारण तिचं मन सुंदर आहे जे मी तिच्या सहवासात पाहिलं आहे. तसेही तनाची सुंदरता पाहून एकदा फसलो आहे परत नाही फसणार." शेवटचं वाक्य विनीत हळूच पुटपुटला.

"काही म्हणाला का तुम्ही?" मीनाने त्याला पुटपुटताना पाहून विचारले.

"नाहीss काही नाही आणि काळजी करू नको. माझा काही वाईट हेतू नाही. तिलाही आनंदी राहण्याचा हक्क आहे, हे सुंदर जग पाहण्याचा हक्क आहे. डोळे नसल्याने तिला अनेक अडचणींना सामोरे जावे लागते आणि फक्त पैसे नसल्याने ती इलाज करून घेऊ शकत नव्हती म्हणून मी तुझ्या मदतीने तिची मदत करतोय कारण ती डायरेक्ट माझी मदत घेणार नाही." विनीतने आपला मुद्दा स्पष्ट केला.

"जर ऑपरेशन करूनही तिचे डोळे परत आले नाही तर तुम्ही तिला नाही स्वीकारणार?" मीनाने मनात आलेला अजून एक प्रश्न विचारला.

"हा काय प्रश्न आहे? ऑफकोर्स! मी ती कशीही असली तरी तिला स्वीकारणार. पण जेवढं मी तिला दोन दिवसात ओळखले आहे त्यावरून तरी वाटतंय, ती अंध आहे, आपल्यामुळे कोणाचं आयुष्य उध्वस्त नको व्हायला असा काही विचार करून ती मला नाही म्हणेल. मी जर तिच्यापुढे लग्नाचा प्रस्ताव ठेवला तर तिला वाटेल, मी तिच्यावर दया दाखवतोय आणि मला ते नको आहे. मला वाटतं तिने ही मनात कोणता किंतू परंतू न ठेवता मला स्वीकारावे." विनीतने आपली बाजू ठामपणे सांगितली.

"अगदी बरोबर ओळखलं तुम्ही तिला! आणि आता मी तुम्हाला काय म्हणू? जीजू की सर?" मीना थोडं चिडवण्याच्या सुरात म्हणाली. तिच्या मनातील सगळ्या शंका दूर झाल्या होत्या आणि तिनेही इथे येण्यापूर्वी आपल्या पोलिस भावाला विनितची चौकशी करायला सांगितली होती. खुशी बाबतीत तिला कोणतीच रिस्क घ्यायची नव्हती आणि जेव्हा विनीतबद्दल कोणतीच आक्षेपाही गोष्ट आढळली नाही तेव्हाच तिने इथे येण्याचा निर्णय घेतला होता.

"सध्या तरी दादा म्हण." विनीत थोडं लाजून म्हणाला कारण मीनाच्या तोंडून जीजू ऐकून मनात तर आनंदाच्या कारंज्या उडू लागल्या होत्या.

"ओके!" म्हणून मीना हसत निघून गेली. तिच्या मनात असलेल्या सगळ्या शंका दूर झाल्या होत्या. तिलाही आज त्याच्या डोळ्यातले खरे प्रेम दिसले होते.

प्रवासाने दमल्या असल्याने त्या रात्री जेवण करून दोघी आपापल्या रूममध्ये झोपी गेल्या. खुशीची झोप लागली आणि इतका वेळ दूर असलेला विनीत तिच्याजवळ आला. त्याच्या आवाजाने तिने त्याला ओळखले असते आणि मग कदाचित त्याची मदत घेतली नसती म्हणून तिच्यासमोर तिचे ऑपरेशन होऊ पर्यंत यायचं नाही त्याने ठरवलं होतं.

"म्हणतात, प्रेम आयुष्यात एकदाच होतं. पण नाही! मी पुन्हा प्रेमात पडलो. कारण प्रेमाचा नवीन अर्थ तू मला शिकवला. तुझं मन खूप निर्मळ आहे. तुला

पाहून प्रश्न पडतो, कोणी इतकं निस्वार्थी कसे असू शकतं? तुझ्या याच गुणांच्या प्रेमात पडलोय मी! 'आय रिअली लव्ह यु.' पण यावेळी तुला मिळवण्याची जबरदस्ती नाही करणार. कारण मिळवणे हेच प्रेम नाही हे तुच मला शिकवले आहे. तू माझी नाही झाली तरी चालेल पण तुला खूप सुखी पाहायचं आहे." मनातच बोलून तिच्या कपाळावर हलकेच ओठ टेकवून तो आपल्या रूममध्ये निघून गेला.

विनीत खुशीला पाहून येऊन आपल्या बेडवर आडवा झाला. आज आनंद इतका झाला होता की लवकर झोपही लागत नव्हती. त्याला गेल्या महिन्याभरातील गोष्टी आठवत होत्या. त्यादिवशी घरी आल्यावर त्याने चंद्रकलाताईना खुशीबद्दल सांगितले, त्याही तिला स्वीकारायला लगेच तयार झाल्या आणि त्याने डिटेक्टिव्हला फोन करून मीनाची माहिती काढायला सांगितली आणि तिचा फोन नंबर मिळवला. नंतर स्वतःच तिला फोन करून तिला बाहेर भेटायला बोलावलं.

भूतकाळ...

"हॅलो! मी विनीत धर्माधिकारी. त्यादिवशी माझा अपघात झाला होता आणि तुम्ही आणि तुमची मैत्रीण खुशी यांनी मला वाचवले होते." विनीतने आपली ओळख सांगून बोलायला सुरुवात केली.

"हो.. सॉरी! त्यादिवशी तुम्ही बेशुद्ध होता पण मला अर्जेन्ट कामाने बाहेर जावं लागलं होतं. बरं माझा नंबर कसा मिळाला? काही कामं होतं का माझ्याकडे?" मीनाने थोडं गोंधळून विचारले.

"नंबर कसा मिळाला हे महत्त्वाचं नाही. ते सोडा, माझे तुमच्याकडे खूप महत्त्वाचे काम आहे म्हणूनच इथे भेटायला आलो आहे."

"बोला ना, मला जमलं तर मी नक्की मदत करेल."

"त्यादिवशी बोलताना मला खुशीच्या डोळ्यांची दृष्टी कशी गेली ते समजलं. तिच्या डोळ्यांचे ऑपरेशन झाले तर तिला परत सगळं दिसू शकेल. मला तिची मदत करायची आहे पण तिने त्यावेळी मदत घ्यायला नकार दिला म्हणून मी तुमची मदत घ्यायचं ठरवलं."

"मीsss मी काय मदत करणार यात?" मीना अजूनही गोंधळली होती.

"तुम्ही तिला सांगा एक चॅरिटी ट्रस्ट तिच्यासारख्या दृष्टिहीन लोकांच्या डोळ्यांचे उपचार मोफत करतेय. यासाठी तुम्ही खुशीला तयार करा आणि तिला मुंबईत घेऊन या. तिच्या उपचारांची सगळी सोय मी मुंबईत करून ठेवेल."

"पण.. खुशीss तिला नको आहे नवीन दृष्टी." मीना हताशपणे म्हणाली.

"मला माहित आहे, पण आता ही तुमची जबाबदारी असेल तिला या ऑपरेशनसाठी तयार करायची. तुम्हालाही माहित आहे ना, दिसत नसल्याने तिला किती अडचणींना सामोरे जावे लागते." विनीतने टेबल खाली हाताची बोटे क्रॉस करत म्हटले. काही करून आधी त्याला मीनाला तयार करावं लागणार होतं.

"हो.. माझी ही खूप इच्छा आहे ती आधी सारखी व्हावी. तिच्या डोळ्यांची दृष्टी तिला परत मिळावी. ठीक आहे. मी प्रयत्न करेल पण तुम्ही हे सगळं का करताय?" मीनाने त्यालाच प्रश्न केला.

"त्यादिवशी खुशीने माझा जीव वाचवला. दोन दिवस माझी काळजी घेतली शिवाय मला जगायला प्रेरणाही दिली याबदल्यात मला तिच्यासाठी काही करायची संधी मिळत असेल तर मी ती संधी सोडणार नाही. ही रक्कम माझ्यासाठी जास्त नाही पण याने खुशीला नवीन आयुष्य मिळेल." विनीत म्हणाला आणि मीनालाही ते कारण पटले.

"ठीक आहे. मी खुशीला तयार करून मुंबईला कसे आणायचे याचा विचार करून कळवते." मीनाने त्याला आश्वस्त केलं आणि ती निघून गेली.

विनीतने मुंबईत येऊन डॉक्टरांची भेट घेतली व त्यांना मीनाने पाठवलेले रिपोर्ट्स दाखवले. डॉक्टरांनी रिपोर्ट्स पाहून खुशीच्या डोळ्यांची दृष्टी परत येण्याची नव्वद टक्के शक्यता आहे सांगितलं आणि त्याला आनंद झाला. त्यानंतर मीनाने खुशीला समजावून इलाज करवून घेण्यासाठी तयार करायला सुरुवात केली. यात दोन आठवडे गेले. तो पर्यंत विनीतने आपल्या ऑफिसमध्ये परत लक्ष घातले. त्याचे खरंच ऑफिसमध्ये खूप दुर्लक्ष झाले होते त्यामुळे खूप नुकसानही झाले होते जे त्याला काम करून भरून काढायचे होते.

अशातच एकेदिवशी मीनाचा फोन आला. खुशी ऑपरेशन करून घेण्यास तयार झाली होती. त्यांचा मुंबईत राहण्याचा प्रश्नही विनीतने लगेच सोडवला आणि त्या दोघी मुंबईत आल्या. भूतकाळाचा विचार करतच विनीतची झोप लागली.

दुसऱ्या दिवशी लवकरच मीना खुशीला घेऊन हॉस्पिटलमध्ये पोहचली. सोबत विनीतही थोडं अंतर ठेवून होता. विनीतने आधीच अपॉइंटमेंट घेतली होती त्यामुळे जास्त वाट पाहायला लागली नाही. डॉक्टरांनी तिचे डोळे तपासले आणि अजून काही डोळ्यांच्या टेस्ट करायला सांगितल्या. आधीचे रिपोर्ट्स खूप जुने होते त्यामुळे त्यांना नवीन टेस्ट करणे गरजेचे वाटले. त्यानंतर डॉक्टरांसोबत काही चर्चा करून दोघी घरी परत आल्या. अजून दोन दिवसाने रिपोर्ट्स येणार होते आणि तिचे भविष्यही काय असेल हे ठरणार होते.

"पोरींनो फ्रेश होऊन जेवायला खाली या. भूक लागली असेल ना? मी तुमच्यासाठी गरम गरम पराठे करते." चंद्रकलाताई त्यांना आत आलेलं पाहून म्हणाल्या.

"काकू प्लिज! तुम्ही कशाला त्रास करून घेता. आम्ही.. आम्ही करतो ना आमचं." खुशी थोडी अडखळत म्हणाली.

"अगं त्रास कसला? तुम्ही दोघी मला माझ्या मुलीसारख्या आहात आणि मुलींसाठी काही करायला कोणत्या आईला त्रास होईल? त्यामुळे आपलंच घर समजा आणि लवकर फ्रेश होऊन या." चंद्रकलाताई आपुलकीने म्हणाल्या आणि होकारात मान हलवून त्या दोघी आत निघून गेल्या.

"सून आली म्हणून मुलाला विसरू नको." विनीत मागून येऊन आपल्या आईला मिठी मारत म्हणाला तशा त्या हसायला लागल्या.

"तू तर लाडाचा मुलगा आहेस. तुला कसे विसरेल? आणि मला सून पसंत आहे. खूप गोड आहे रे ही." त्याच्या गालावर हात टेकवत त्याही प्रेमाने म्हणाल्या. विनीतलाही हे ऐकून आनंद झाला. मीना आणि खुशी खाली आल्या तसा विनीत बाजूला झाला.

"बसा तुम्ही. मी आलेच." चंद्रकलाताईंनी आत जाऊन काहीच वेळात दोन पराठे बनवून आणले आणि टेबलवर ठेवले. त्यातला एक पराठा मीनाच्या आणि दुसरा खुशीच्या ताटात वाढला.

"खा बाळा." खुशीच्या डोक्यावर हात फिरवून त्या मायेने म्हणाल्या.

"खूप छान आहे काकू पराठा," एक घास खाऊन तिनेही कौतुकाने म्हटले. खाताना तिचे डोळे भरून आले होते. आई तर आधीच गेली होती आणि नंतर बाबाही गेले. त्यानंतर इतक्या प्रेमाने शेजारी बसून, असं हक्काने कुणी जेवू घातलंच नव्हतं.

"काय झालं बाळा? तुझ्या डोळ्यात पाणी?" त्यांनी काळजीने विचारले.

"नाहीss काही नाहीss ते फक्त आई बाबांची आठवण आली." तिने पटकन आपले डोळे पुसले. आपण अंध आहोत, अनाथ आहोत अशी सिपंथी घ्यायला तिला कधीच आवडत नव्हते. मीनाचे डोळेही पाणावले आणि विनीतचे डोळेही भरून आले होते.

"आई बाबा नसले म्हणून काय झालं? मी आहे ना? जो पर्यंत मी आहे, मलाही तुझी आई समज." चंद्रकलाताई म्हणाल्या आणि तिने फक्त होकारात मान हलवली.

विनीतचे खुशीकडे लक्ष होते आणि तिकडे पाहताना विनीतचा धक्का लागून एक काचेचा ग्लास खाली पडला आणि त्याच्या काचा सर्वत्र विखुरल्या पण आवाज थोडा दुरून आला होता तसे खुशीच्या लक्षात आले त्या तिघी व्यतिरिक्त अजून कोणी तरी तिथे आहे.

"ते समोर त्या तिथे कोण आहे?" आवाजाच्या दिशेने हात करत खुशीने विचारले आणि बाकी तिघांनी घाबरून एकमेकांकडे पाहिले.

"कोणी नाही." चंद्रकलाताई पटकन म्हणाल्या.

"मी आवाज ऐकला. तिथे कोणीतरी आहे." खुशी परत एकदा म्हणाली.

"ते... ते तिथे माळी काका होते. पाणी प्यायला आले होते." मीनाने सुचेल ते उत्तर दिले.

"अच्छा!" खुशी

"हो...हो... वय झालं ना त्यांचं. हात कधी कधी थरथर कापतात म्हणून हातातला ग्लास खाली पडला." चंद्रकलाताई म्हणाल्या आणि विनीतने डोक्यावर हात मारून घेतला. मीना त्याला माळी काका म्हणाली आणि चंद्रकलाताईंनी त्याला अजूनच म्हातारा बनवून टाकले होते.

त्याची प्रतिक्रिया पाहून दोघींना खरं तर खूप हसू येत होतं पण खुशी सोबत आहे पाहून त्यांनी ते बळेच अडवलं. जेवणानंतर त्या तिघीही हॉलमध्ये बसून गप्पा मारत होत्या. मीनाने जोक सांगून सगळ्यांना खूप हसवलं होतं. विनीत मात्र आता ऑफिसमध्ये गेला होता.

"खुशी, मीनाss इतके दिवस खूप एकटे वाटायचं गं या एवढ्या मोठ्या घरात. पण आज तुमच्यामुळे या घराला घरपण आल्यासारखे वाटतंय." चंद्रकलाताई थोडं भावनिक होत म्हणाल्या.

"काकू, मीना म्हणत होती तुम्हाला एक मुलगा आहे. ते इथे कधी येत नाही का?" खुशीने विचारले.

"येतो गं. पण फक्त रात्री झोपायला येतो. त्याचे बाबा गेले आणि त्याने त्यांची जागा घेतली. हे घर, मी, सगळा बिझनेस सगळं त्याने एकट्याने सांभाळलं." चंद्रकलाताई भावनेच्या भरात बोलून गेल्या.

"नाव काय त्यांचं?" असे तर तिने विनीतच्या तोंडूनही ऐकलं होतं म्हणून तिला कुतूहल वाटले.

"नाव?" चंद्रकलाताईंना आता टेन्शन आले. खुशीला विनीतबद्दल काही कळू द्यायचं नव्हतं.

"खुशी बाकी चौकशी उद्या कर. आता मला झोप आली आहे, चल तू ही."
मीनाने तिला हाताला धरून उभं केलं आणि परिस्थिती सांभाळत ती तिला तिच्या
रूमपर्यंत घेऊन गेली. मीना गेल्यावर खुशीने फ्रेश होऊन बेडवर अंग टेकवलं.
नकळत खूप दिवसातून विनीतची आठवण आली होती.

"विनीत, कुठे आहात तुम्ही? कसे आहात? आशा करते ठीक असाल.
तुम्हालाही तुमच्या आयुष्यातली सगळी सुखं मिळू देत." मनातच पुटपुटत तीही
झोपी गेली.

दोन दिवस असेच गेले. आज खुशीचे रिपोर्ट्स येणार होते. त्यामुळे खुशी आणि
मीना हॉस्पिटलमध्ये आल्या होत्या. सोबत काही अंतर ठेवून विनीतही होताच.

"डॉक्टर, रिपोर्ट्समध्ये काय आहे? खुशीला आधीप्रमाणे सगळं पाहता येईल
ना?" मीनाने अस्वस्थ होऊन विचारले.

"हो.. हे रिपोर्ट्स नॉर्मल आहेत. आपण ऑपरेशन करू शकतो. फक्त आता
काही बेसिक ब्लड टेस्ट करायच्या आहेत त्याही आज करून घेऊ आणि मग दोन
दिवसांनी ऑपरेशन करू." डॉक्टर रिपोर्ट पाहून म्हणाले आणि मीनाने तिथेच
देवाला हात जोडले. शेजारी असलेल्या खुशीच्या चेहऱ्यावरही आनंद होता आणि
विनीत, त्याला तर नाचावं वाटत होतं.

"नर्स, यांना ब्लड टेस्ट करायला घेऊन जा." डॉक्टरांनी बेल वाजवून एका
नर्सला बोलावून खुशीला ब्लड टेस्टसाठी घेऊन जायला सांगितले.

"डॉक्टर, ऑपरेशन झाल्यावर किती दिवसात खुशीला दिसू शकेल?" खुशी
बाहेर गेल्यावर विनीतने विचारले.

"साधारण आठवड्यानंतर आपण त्यांच्या डोळ्यांची पट्टी उघडू."
"थँक्स डॉक्टर!"
विनीत आणि मीना डॉक्टरांना अजूनही काही शंका विचारत होते. खुशीलाही
आज आनंद झाला होता. तिने म्हटलं होतं तिला तिची दृष्टी परत नको पण
हे आयुष्य जगताना आणि ती जे विकलांग मुलांसाठी काम करत होती त्यात
बऱ्याच वेळा त्रासही सहन करावा लागत होता, अनेक अडचणी येत होत्या आणि
अश्यावेळी जर आपली दृष्टी परत येत असेल तर तिचा आणि मुलांचाही फायदा
होणार होता. ज्या कोणत्या ट्रस्टमुळे तिच्या आयुष्यात हा आनंद येत होता
त्यांच्याबद्दल माहिती काढून त्यांना एकदा तिला धन्यवाद बोलायचे होते.

"नर्स, माझ्या डोळ्यांच्या ऑपरेशनसाठी कोणत्या ट्रस्टने मदत केली आहे?
मला प्लिज त्यांचं नाव सांगा ना. त्यांना भेटून थँक्स म्हणायचं आहे." खुशी

"ट्रस्ट? नाही मॅडम तुमचा काही तरी गैरसमज झालाय. हे मुंबईतलं एक एक्सपेन्सिव्ह प्रायव्हेट हॉस्पिटल आहे. इथे ट्रस्ट मार्फत कोणाचे उपचार होत नाहीत." नर्स तिचे टेस्टसाठी रक्ताचे नमुने घेत म्हणाली.

"पण मला तर सांगितलं, माझ्या उपचारासाठी कोणत्या तरी ट्रस्टने मदत केली." खुशी गोंधळून म्हणाली.

"नाही मॅडम, इथे ट्रस्टतर्फे उपचार होत नाही. कोणी तरी तुमची दिशाभूल केली असेल."

"माझं एक काम करता? माझ्या उपचारासाठी कोणी पैसे भरले हे एकदा चेक करून सांगता का मला?" खुशी आर्जव करत म्हणाली.

"मॉम असे सांगणे म्हणजे.. ते आमची पॉलिसी नाही.." ती नर्स अडखळत म्हणाली.

"प्लिज ताई, माझ्यासाठी हे जाणून घेणे खूप गरजेचं आहे. माझी एवढी मदत करा." खुशीने परत विनंती केली तशी त्या नर्सने रिसेप्शनला जाऊन चौकशी केली.

"मॅडम, कोणी तरी विनीत धर्माधिकारी आहे, ज्यांनी तुमची ऑपरेशनची फी भरली." नर्सने माहिती दिली.

"विनीतss" हे नाव ऐकून खुशी काहीशी गोंधळून गेली.

"थँक्स! तुम्ही खूप मदत केली." नर्सचे आभार मानून ती बाहेर येऊन बसली.

"कोण विनीत धर्माधिकारी माझी मदत करत आहेत? हे मला भेटलेले विनीत तर नाहीत ना? छे! त्यादिवशी त्यांचं पूर्ण नावही विचारले नाही." खुशीच्या डोक्यात विचारांची गर्दी जमा झाली होती.

"चल निघायचं? माझं डॉक्टरसोबत बोलणं झालं. परवा ऑपरेशन आहे त्याआधी उद्या येऊन इथे ॲडमिट व्हावे लागेल." मीना तिचा हात हातात घेत म्हणाली.

"मीना, माझे उपचार कोणती ट्रस्ट करत आहे? तू अजूनही मला त्या ट्रस्टचे नाव सांगितले नाही." खुशीने सरळ मनातला प्रश्न विचारला.

"ते... ते... मला नाव माहित नाही. फक्त ह्या हॉस्पिटलमधून मला तसा फोन आला होता." मीना घाबरून इतकंच म्हणाली.

"पण मला ती नर्स म्हणाली, इथे कोणत्याही ट्रस्ट मार्फत ऑपरेशन होत नाही. माझ्या उपचाराचे पैसे विनीत धर्माधिकारी नावाच्या व्यक्तीने जमा केले आहे."

"त्या नर्सचा काही तरी गैरसमज झाला असेल. मला डॉक्टर स्वतः म्हणाले, तुझे उपचार ट्रस्ट मार्फत होत आहेत. कदाचित हे विनीत धर्माधिकारी त्या ट्रस्टचे ट्रस्टी असतील." मीनाने घाम पुसत म्हटले.

"तू खरं सांगतेय ना? मला वाटतंय हे विनीत ते आपल्या घरी आलेले विनीत आहेत." खुशी अजूनही विचार करत होती.

"मला काय माहित? मी कुठे विनीत धर्माधिकारीला भेटले आहे?" मीनाने कशीतरी सारवासारव केली.

"हूंss" खुशीने फक्त हुंकार भरला.

"जास्त विचार नको करू. आपल्याला मदत तर केली ना त्यांनी मग काय फरक पडतो हे विनीत धर्माधिकारी आपल्याला भेटलेले विनीत असले तरी?" मीनाने काहीसं नाराज होत विचारले.

"फरक पडतो. खूप फरक पडतो. मला कोणाची दया किंवा सहानुभूती नको आहे." खुशी म्हणाली आणि मीनाने डोक्याला हात लावला. खुशीला सत्य समजल्यावर काय होईल याची तिला चिंता वाटत होती तेवढ्यात विनीत डॉक्टरांच्या केबिनमधून बाहेर आला. त्याने नजरेने मीनाला "काय झाले?" विचारले पण मीनाने नकारार्थी मान हलवली.

त्या दोघी कॅबमध्ये बसून घरी गेल्या आणि विनीत तिथूनच ऑफिसला निघाला. खुशी जवळपास नसल्यावर मीनाने चंद्रकलाताईंना खुशीला आज कळालेले सत्य सांगितले. संध्याकाळ झाली तरी खुशी बैचेन होती. तिलाच कळत नव्हते नक्की काय होतंय. मीना तिच्या रूममध्ये तिच्या आईसोबत फोनवर गप्पा मारत आहे पाहून खुशी एकटीच टेरेसवर गेली.

त्या मोकळ्या गार हवेत तिला छान वाटत होतं. काही वेळ तिथे थांबून ती परत खाली येण्यासाठी निघाली. अंदाजाने एक एक पायरी उतरत होती की नुकत्याच घरात आलेल्या विनीतचे तिच्याकडे लक्ष गेले. तिला खाली उतरणे अवघड जात आहे त्याला समजले तसा तो हातातली बॅग आणि मोबाईल खाली टाकून तिच्या दिशेला धावू लागला. इथे खुशीचा पायही त्या गुळगुळीत पायरी वरून घसरला, ती पडणार की कोणीतरी तिच्या हाताला पकडून तिला सावरले आणि दुसऱ्याच क्षणी ती त्या व्यक्तीच्या मिठीत होती. दोघांचीही हृदयाची स्पंदने वाढली होती.

"खुशी, तू ठीक आहेस ना? आणि एकटीच वर का गेली होतीस?" आधी काळजी आणि नंतर काहीसा राग त्याच्या आवाजात होता.

"विनीत!" तिच्या तोंडून फक्त इतकंच निघालं आणि त्याच्या लक्षात आले त्याच्याकडून किती मोठी चूक घडली.

"न..नाही.. मी विनीत नाही." तो तिला नीट उभा करत म्हणाला आणि तो दूर जाणार तसा तिने पटकन त्याचा हात पकडला.

"तुम्ही खोटे बोलताय. तुमचा स्पर्श, तुमचा आवाज माझ्या चांगलाच लक्षात आहे. तुम्हीच विनीत आहात आणि कदाचित विनीत धर्माधिकारीही, ज्यांनी माझ्या उपचाराचे पैसे भरले." ती काहीश्या रागात म्हणाली आणि विनीतने हताशपणे डोळे मिटले.

"बोला ना, तुम्हीच विनीत धर्माधिकारी आहात ना?"

"हो! मीच विनीत धर्माधिकारी आहे."

"म्हणजे मला कोणत्या ट्रस्टने मदत केली नाही तर तुम्हीच मला फसवून इथे बोलावले आहे आणि एक मिनिट तुम्ही इथे? म्हणजे हे घरही तुमचेच आहे ना? काकू त्या दिवशी तुमच्याबद्दलच बोलत होत्या ना?" खुशी एक एक गोष्ट आठवत विचारत होती.

"हो.. मीच तुला उपचारासाठी इथे बोलावले पण मला..."

"याची काय गरज होती? मी म्हणाली होती ना मला तुमची दया नको, मला कोणाची भीक नको." तो काही बोलत होता की त्याला मध्येच थांबवत खुशी म्हणाली आणि ती खाली उतरू लागली.

"खुशी ऐकून तर घे." विनीतही तिच्यामागे आला.

"मला अजिबात काही ऐकायचे नाही. तुम्ही मला फसवलं आहे. तुम्ही माझ्याशी खोटे बोललात. मला खोटं बोलणारे लोक अजिबात आवडत नाही." ती आवाज वाढवत म्हणाली पण तिचा कंठ दाटून आला होता.

नकळत पार्थने केलेली फसवणूक, त्याने बोललेलं खोटं आठवलं आणि जुन्या जखमेवरची खपली निघाली होती. ती अंदाजाने तिच्या रूममध्ये गेली आणि तिने आतून दरवाजा बंद केला आणि विनीतने हताश होऊन भिंतीवर हात आपटला. तिला सुखी पाहायचं होतं पण आज त्याच्यामुळे तिच्या डोळ्यात पाणी होतं.

ह्या दोघांचा आवाज ऐकून मीनाही आपल्या रूममधून आणि चंद्रकलाताईही किचनमधून बाहेर आल्या.

"खुशीss दार उघड." मीना दरवाजा वाजवत म्हणाली पण खुशीने दरवाजा उघडला नाही. चंद्रकलाताईही तिला दरवाजा उघडायला सांगत होत्या पण त्यांचेही ती ऐकत नव्हती.

"खुशी, तू दोन मिनिटांच्या आत दार उघड नाहीतर मी दरवाजा तोडायला सांगेल." मीना धमकी देत म्हणाली आणि काही वेळात खुशीने दरवाजा उघडला. तिला सुखरूप पाहून मीनाने जाऊन तिला मिठी मारली पण खुशीने आपली मिठी सोडवून घेतली.

"तुलाही यांचं सत्य माहित होतं ना? तरीही तू मला अंधारात ठेवलं. यांच्यापेक्षा जास्त तर तू मला दुखावलं आहे. माझा विश्वासघात केला आहे." खुशी म्हणाली आणि मीनाने नकारार्थी मान हलवली.

"प्लिज! एकदा ऐकून घे." मीनाने तिला समजवण्याचा प्रयत्न केला पण तिला हात दाखवून गप्प बसवत खुशीने आपली बॅग उचलली आणि ती अंदाजाने तिथून जाऊ लागली.

"खुशी थांब! का इतका हट्ट करतेय?" विनीत तिला थांबवत म्हणाला.

"हो ना खुशी! एकदा ऐकून घे. मी जे काही केलं ते फक्त तुझ्यासाठी केलं." मीनाही तिला परत समजावत म्हणाली.

"माझ्यासाठी? मी म्हणाली होती, माझ्यासाठी हे सगळं कर म्हणून? तुला तर चांगलं माहित आहे मला खोटं सहन होत नाही तरीही तू खोटं बोललीस. आपल्या इतक्या वर्षाच्या मैत्रीचाही विचार केला नाही." खुशी काहीशा रागात म्हणाली. मीना फक्त नकारात मान हलवून रडत होती.

"इनफ खुशी! खूप बोललीस." विनीतचा पाराही आता चढला होता.

"विनीत थोडं शांत होss." चंद्रकलाताई मध्येच त्याला थांबवत म्हणाल्या पण त्याने ऐकलं नाही.

"नाही आई! आज नाही. आज बोलू दे मला." तो चंद्रकलाबाईकडे पाहत म्हणाला तश्या त्या बाजूला झाल्या.

"खुशी! मान्य आहे मी तुला खोटं बोलून इथं पर्यंत आणलं. तुझ्या उपचाराचे पैसे मी भरले आणि ट्रस्टचे नाव पुढे केले. ह्याची हवी ती शिक्षा मला दे पण मीनाला काही बोलू नकोस. यात तिची काही चूक नाही." तो म्हणाला पण खुशीने चेहरा फिरवला.

"तुला ना गर्व चढला आहे. तू एकटी स्वतःच्या हिंमतीवर जगू शकते असं वाटतं तुला. पण असे नाहीये. आम्ही खोटे बोललो हे दिसलं पण आम्ही असे का वागलो हे समजून घ्यायचं नाहीये ना तुला? ही मीना, हिचं घर दार सोडून, पुण्यातली चांगली नोकरी सोडून तुझ्यासोबत गावी राहतेय. का? कधी विचार केला? नाही ना? अगं ती फक्त तुला मैत्रीण म्हणत नाही तर मनापासून तुझी काळजीही करते आणि त्याचसाठी 'मलाही जॉब नाही' म्हणत ती तुझ्यासोबत तुझ्या घरी राहतेय." विनीत म्हणाला आणि खुशीने आपल्या हाताच्या मुठी घट्ट आवळल्या.

"प्लिज, आता इथेही खोटं बोललीस म्हणून तिच्यावर रागावू नको. तिने जे काही केलं ते तुझ्यासाठी केलं. मैत्री निभावण्यासाठी केलं आणि हो, आता माझ्याबद्दल बोलूयात. पार्थने दिलेल्या धोक्यामुळे तू स्वतः भोवती अशी

गैरसमजांची भिंत उभी केली आहे की ती पार करून ना तू स्वतः बाकी लोकांपर्यंत जातेय ना त्यांना तुझ्याजवळ येऊ देतेय. त्याने तुला फसवलं म्हणजे सगळेच तुला नाही फसवणार. तू एकाच दृष्टीने सगळ्या जगाला नाही पाहू शकत." विनीत थोडं रागात म्हणाला पण खुशी काहीच बोलली नाही. कुठेतरी विनीतचे मनाला टोचणारे शब्द खरे वाटत होते.

"त्या दिवशी तर मला हेच सांगायचा प्रयत्न करत होतीस ना की मी निशाला विसरून आयुष्यात पुढे जावं मग तू का अजून पार्थच्या आठवणीत घुसमटत आहेस? पार्थ खोटं बोलला म्हणून तुला प्रत्येक माणूस खोटा आणि स्वार्थी वाटतो ना? ह्या मीनाच्या मैत्रीवरही तू विश्वास ठेवला नाहीस. तिला दोषी बनवून मोकळी झालीस?" विनीत म्हणाला आणि तिने मान खाली घातली.

"खुशी, तुला दुखवण्याचा हेतू नाही गं. ना माझा ना मीनाचा. आम्हाला फक्त तुला सुखात पाहायचं आहे. बरं हे जाऊदे. थोडा प्रॅक्टिकल विचार कर. उद्या मीनाचे लग्न होईल तेव्हा ती तिच्या सासरी जाईल. तेव्हा त्या लहान मुलांना शिकवताना तुला किती अडचणी येतील याचाही एकदा विचार कर. आपल्या देशात एकटी डोळस स्त्री ही सुरक्षित नाही तिथे तू दृष्टी नसताना कशी सगळं आयुष्य जगणार. आतापर्यंत मीना होती म्हणून तिने दरवेळी तुला सांभाळून घेतलं पण ती नसल्यावर तू काय करणार?" विनीतने एवढं बोलून एक दीर्घ श्वास घेतला.

"पण..." खुशीला सुचत नव्हते काय बोलावे. मीना एक दिवस जरी काही कामानिमित्त बाहेर गेली तर तिला किती अडचणींना सामोरे जावे लागते तिला आठवत होते. विनीतचा प्रत्येक शब्द पटत होता.

"प्लिज खुशी! आयुष्यात अशी संधी परत परत मिळत नाही. तुझा हट्टीपणा बाजूला ठेव आणि उपचार करायला होकार दे. वाटलं तर तुझ्याकडे आयुष्यात जेव्हा कधी पैसे येतील तेव्हा मला परत कर." तो विनंती करत म्हणाला आणि काही वेळ तिथेच थांबून, काही विचार करून ती परत आपल्या रूममध्ये गेली. ती माघारी फिरली म्हणून बाकी सगळ्यांनी सुटकेचा निःश्वास सोडला. त्यानंतर घरात बराच वेळ शांतता पसरली होती पण सगळ्यांना समाधान होतं की खुशीने ऑपरेशन करायला होकार दिला होता.

रात्रीची जेवणंही शांततेत झाली. विनीत कसलासा विचार करत गार्डनमध्ये उभा होता की मीना खुशीला घेऊन तिथे आली.

"तुम्ही बोला. मी काही वेळाने येते." मीना एक कटाक्ष विनीतवर टाकून आत निघून गेली.

"विनीत! मला अजूनही काही प्रश्न आहेत. अपेक्षा करते आता तरी खरी उत्तरं द्याल." ती म्हणाली आणि त्याने फक्त हुंकार भरला.

"मी मीनाचे समजू शकते पण तुम्ही हे सगळं का करताय?" तिने विचारले आणि त्याने क्रॉस केलेली बोटं सैल केली. तिने हे विचारू नये वाटत होतं आणि त्यात तिने खरं बोला हेही म्हटलं होतं. तो आता द्विधा परिस्थितीत अडकला होता.

"मी खरं उत्तर देईल पण आधी प्रॉमिस कर, काही झालं तरी तू ऑपरेशनला नाही म्हणणार नाही." विनीत म्हणाला आणि ती चकित झाली.

"असं काय कारण आहे?" खुशीने परत विचारले.

"म्हटलं ना सांगतो पण तू आधी प्रॉमिस कर, तू ऑपरेशन करून घेशील?"

"ठीक आहे." खुशी म्हणाली.

"ते जेव्हा पासून तू भेटलीस.. म्हणजे तुझे विचार.. तुझं बोलणं... तू... मी... मी... तुझ्या प्रे...प्रेमा..त पडलो." तो अडखळत बोलत होता की खुशीने सणकन त्याच्या एक कानाखाली लगावली.

"तुम्हाला कळतंय का तुम्ही काय बोलताय?" खुशीने रागात विचारले. विनीतचे बोलणे ऐकून राग आणि भीती उफाळून आली होती. अंग थरथरायला लागले होते.

"मला चुकीचे समजू नको." तो म्हणत होता पण ती नकारात मान हलवत मागे मागे जात होती. त्याला माहित होतं हे सत्य ती इतक्या सहज पचवू शकणार नाही. तिला तिचा वेळ द्यावा म्हणून तोही तिला समजवायला मागे गेला नाही. आजची रात्र मीनाला तिच्याच रूममध्ये थांबायला सांगून तो अस्वस्थ होऊन आपल्या रूममध्ये बसून होता.

तिच्याही डोळ्याला डोळा नव्हता. विनीतच्या मनात असा काही विचार असेल याची तसूभरही कल्पना तिने केली नव्हती. ह्यावर कसं प्रतिउत्तर द्यावं हेही समजत नव्हतं. त्याच्यावर चिडावं की त्याला समजावून सांगावं हेही कळत नव्हतं.

एक क्षण, 'आपण का इथे आलो?' असेही वाटले आणि तिने निराश होऊन डोळे बंद केले. तिला तर ऑपरेशन करून घेण्याची इच्छाही राहिली नव्हती, रात्रीच तिथून निघून जावे वाटत होते पण मीनाने स्वतःची शपथ देऊन तिला अडवून ठेवले होते. दुसऱ्या दिवशी चंद्रकलाताईंचा निरोप घेऊन ती मीनासोबत हॉस्पिटलमध्ये गेली. काही नॉर्मल चेकअप झाले आणि तिला ॲडमिट करून घेतले. दुसऱ्याच दिवशी तिचे ऑपरेशन होणार होते.

मीनाने तिला बराच धीर दिला. विनीतने मात्र सध्या शांत राहणेच योग्य समजले. काही तासांत तिचे ऑपरेशन झाले. डोळ्यांवर पट्टी होती. एक दिवस तिला निरीक्षणाखाली ठेवून नंतर जनरल रूममध्ये हलविण्यात आले. मीना सावलीसारखी तिची सोबत करत होती.

पाहता पाहता ऑपरेशन होऊन दहा दिवस झाले होते. आज तिच्या डोळ्यांची पट्टी काढायची होती. चंद्रकलाताईंनी तिच्यासाठी मंदिरात पूजा ठेवली होती. कधी नव्हे ते विनीतनेही देवाकडे तिच्यासाठी प्रार्थना केली.

डॉक्टरांनी तिची डोळ्यांची पट्टी काढायची तयारी केली होती की विनीतने त्यांच्याकडे वेळ मागितला आणि सगळ्यांना बाहेर जायला सांगितले.

"खुशी!" तो तिच्यापासून काही अंतरावर येऊन उभा राहिला.

"तुम्ही त्यादिवशी जे बोलला ते खरं नव्हतं ना? तुमच्या मनात माझ्याबद्दल असे काही नाही ना?" खुशीने थोडं घाबरत विचारले.

"प्लिज! काही बोलू अथवा विचारू नको. फक्त मला एकदा बोलू दे. त्यानंतर तू जो काही निर्णय घेशील मला मान्य आहे." विनीत म्हणाला. यावर खुशी काहीच बोलली नाही. तिचा होकार समजून त्याने बोलायला सुरूवात केली.

"काही जणांना आयुष्य पुरत नाही प्रेमात पडायला आणि काही लोक एका क्षणात प्रेमात पडतात. मी ही त्याच एका क्षणात तुझ्या प्रेमात पडलो. तुझ्या विचारांच्या, तुझ्यातल्या सकारात्मकतेच्या प्रेमात पडलो. पण हो, मला माहित आहे हे प्रेम एकतर्फी आहे. तू मला इतक्या सहज स्वीकारणे शक्य नाही आणि तू मला स्वीकारावे अशी मी जबरदस्तीही करणार नाही. तू म्हणाली होतीस ना, प्रेमात मिळवण्याचा अट्टहास करू नये. मी ही करणार नाही आणि मी तुझ्यासाठी जे काही केले ते फक्त तुला एक चांगले आयुष्य मिळावे यासाठी केलं यापेक्षा माझी तुझ्याकडून काहीच अपेक्षा नाही." एवढं बोलून तो थांबला. तिला मात्र काय बोलावे कळतंच नव्हते.

"आणि हो आज नंतर मी तुला माझा चेहरा कधीही दाखवणार नाही. फक्त एक विनंती आहे. इथून गेल्यावर तुझी खुशाली विचारायला मी रोज एक फोन करत जाईल तेव्हा फक्त तू ठीक आहेस हे सांगायला दोन शब्द बोल. अर्थात तुला काही अडचण नसेल तर." तो आवंढा गिळत म्हणाला आणि बाहेर निघून गेला. डोळ्यातील अश्रू त्याने फार प्रयत्नांनी रोखले होते. ती मात्र निर्विकारपणे बसून होती. आपण जे ऐकलं ते खरं आहे की भास हेही समजत नव्हते. फक्त काही मोजके तास तिने कोणाची मदत केली होती आणि त्याबदल्यात तो माणूस तिच्यावर प्रेम आहे म्हणत होता. ही गोष्टच तिला स्वीकारायला जड जात होती.

काही वेळात डॉक्टर, बाकी टीम, मीना आणि चंद्रकलाताई आत आल्या.

"मी पट्टी काढल्यावर हळूहळू डोळे उघडा." डॉक्टर तिला आश्वस्थ करत म्हणाले. डॉक्टरांनी नर्सच्या मदतीने तिच्या डोळ्यांची पट्टी हळूच काढली आणि तिला डोळे उघडायला सांगितले.

आधी तर तिला त्रास होत होता. अचानक प्रकाश जाणवत असल्याने तिने बऱ्याच वेळा डोळ्यांची उघडझाप केली. पण नंतर उजेडाला डोळे सरावले आणि तिने हळूहळू डोळे उघडले.

आज इतक्या वर्षानंतर तिला हे जग पुन्हा दिसत होते. समोर डॉक्टर दिसले आणि त्यानंतर मागे मीना उभी असलेली दिसली. मीनाला पाहून तिच्या डोळ्यात आनंदाश्रू दाटू लागले.

"खुशी प्लिज. मी तुमच्या भावना समजू शकतो पण अजूनही तुमचे डोळे खूप अशक्त आणि नाजूक आहेत त्यामुळे डोळ्यात पाणी येऊ देऊ नका, याचा तुम्हालाच त्रास होईल." डॉक्टरांनी समजावले आणि तिने होकारात मान हलवली. परत एकदा तिचे डोळे तपासून डॉक्टर निघून गेले.

"काकू?" मागे उभ्या असलेल्या चंद्रकलाताईकडे पाहून तिने प्रश्न केला आणि त्यांनी फक्त होकार भरला. त्या जवळ आल्या तसे खुशीने त्यांच्या कमरेला मिठी मारली.

"थँक्स काकू, तुम्ही खूप मदत केली."

"नाही बेटा. थँक्स म्हणू नको आणि सॉरी माझ्यामुळे आणि माझ्या विनीतमुळे तुला त्रास झाला असेल तर पण तो खरंच... " त्या बोलत होत्या की खिडकीतून त्यांनाच पाहणाऱ्या विनीतने नकारार्थी मान हलवली आणि त्या शांत झाल्या.

"बरं ते सोड. आज मी मंदिरात तुझ्यासाठी पूजा ठेवली होती हा त्याचा प्रसाद!" स्वतःला पटकन सावरून, विषय बदलून त्यांनी तिच्या हातावर प्रसाद ठेवला आणि तिनेही हात जोडून तो प्रसाद ग्रहण केला.

काही वेळानंतर...

"कसला एवढा विचार करतेय खुशी?" रात्री खुशी बेडवर झोपून वर छताकडे डोळे उघडे ठेवून पाहत विचारात मग्न आहे पाहून मीनाने विचारले.

"ह्या डोळ्यांसोबत आयुष्यात खूप काही गमावलं आहे मी! मग जशी ह्या डोळ्यांची दृष्टी माघारी आली तसे माझ्या आयुष्यात माझं प्रेमही माघारी येईल?" इतक्या वर्षानी नाही म्हटलं तरी तिला पार्थची आठवण आली होती.

"मला माहित आहे पार्थ तुझ्या आयुष्यात परत येणार नाही पण हो तुझ्या नशिबात प्रेम आणि सुख परत येऊ शकतं." मीनाने हेतूपूर्वक नजरेने तिच्याकडे पाहिलं पण खुशी मात्र गोंधळून तिच्याकडे पाहत होती.

"विनीत दादा! खूप प्रेम करतात तुझ्यावर. एकदा त्यांचं ऐकून घे. त्यांना एक संधी...."

"बस कर मीनाsss. ऐकून घेते म्हणून काहीही बोलणार का?" खुशी रागात आवाज वाढवत म्हणाली आणि मीनाही दचकली.

"बरं ठीक आहे. शांत हो. मी काही बोलणार नाही आता. जस्ट रिलॅक्स..." मीनाने पटकन तिला शांत केले. तिला कसल्याही प्रकारचा धक्का बसू देऊ नका डॉक्टरांनी सक्त ताकीद दिली होती.

"विनीत, दुपारी तू मला बोलू का दिले नाही?" आपल्या रूममध्ये असलेल्या विनीतला आत येत चंद्रकलाताईंनी विचारले.

"आई आपण तिला मला स्वीकारायची जबरदस्ती तर नाही ना करू शकत."

"अरे जबरदस्ती नाही पण तिला समजवायला तर हवे ना?" चंद्रकलाताई विनीतच्या अश्या गप्प राहण्याला वैतागल्या होत्या.

"हो, पण आत्ताच नाही. तिला तिचा वेळ घेऊ दे."

"बर देऊ तिला वेळ पण किती दिवस? तिने कधीच तुला स्वीकारले नाही तर? तेव्हा काय करणार?" चंद्रकलाताईंनी दुःखी होत विचारले. आपल्या मुलाच्या डोळ्यात असणारी प्रेमाची भूक त्यांना सहन होत नव्हती.

"नाही स्वीकारले तर नाही स्वीकारले. मी आयुष्यभर तिची वाट पाहिन. तिचा फक्त आवाज ऐकून जगेल." तो किंचित हसत म्हणाला पण चंद्रकलाताईंना आपल्या मुलाचे दुःख सहन झाले नाही तशया त्या विनीतच्या मिठीत शिरून रडू लागल्या.

"आई प्लिज! तू पण बाबांच्या आठवणीत एकटीच जगतेय ना. माझी खुशी तर जिवंत आहे. मी पाहिजे तेव्हा तिला दुरून पाहू शकतो, तिचा आवाज ऐकू शकतो." तो आईला सावरत म्हणाला.

"नाही रे बाळा! आयुष्य असे एकट्याने जगणे इतकं सोप्प नसतं रे!" त्या त्याला समजावू पाहत होत्या पण त्याने त्यांनाच शांत केले आणि झोपायला पाठवले.

दोन तीन दिवस खुशीला हॉस्पिटलमध्येच ठेवण्यात आले त्यानंतर मात्र तिला डिस्चार्ज देण्यात आला.

"खुशी! तुला अजून आरामाची गरज आहे. प्लिज बाळा घरी चल." चंद्रकलाताई तिला समजावत म्हणाल्या.

"नाही काकू! प्लिज मला जबरदस्ती करू नका. मला नाही जमणार तिथे परत यायला." खुशी त्यांना हात जोडत विनंती करत म्हणाली. चंद्रकलाताईंनीही मग बळजबरी केली नाही.

"ठीक आहे बाळा. काळजी घे स्वतःची आणि कधी काही वाटलं तर लक्षात असूदे तुझी ही आई आहे तुझ्यासाठी." त्यांनी तिच्या डोक्यावरून प्रेमाने हात फिरवत म्हटलं तसे तिचेही मन भरून आले आणि ती आशीर्वाद घेण्यासाठी खाली वाकली.

"काकू हे लेटर विनीतला द्या." रात्री लिहिलेले एक पत्र तिने चंद्रकलाताईंच्या हातात ठेवले. त्यांना परत एकदा नमस्कार करून ती आणि मीना समोर असलेल्या कॅबमध्ये बसल्या. कॅब नजरेआड होईपर्यंत खांबामागे असलेला विनीत तिला पाहत होता.

तिने त्याला माफ केले नव्हते. जाताना त्याची भेटही घेतली नव्हती पण तिच्या डोळ्यांची दृष्टी परत आली होती आणि हेच त्याच्यासाठी खूप होतं. चंद्रकलाताईंना घेऊन तो आपल्या घरी परतला.

"हे लेटर खुशीने तुझ्यासाठी दिले आहे." असे म्हणून चंद्रकलाताईंनी त्याच्या हातात लेटर देताच त्याच्या चेहऱ्यावर आनंद पसरला. त्याने ते पटकन घेतलं आणि आपल्या रूममध्ये निघून आला. घाईतच त्याने ते लेटर उघडलं.

विनीत,

सॉरी! त्यादिवशी मी तुमच्या कानाखाली मारली. पण तुमच्या तोंडून ते ऐकून माझा हात आपोआप उठला होता. प्लिज, यासाठी मला माफ करा पण परत असं कधीच बोलू नका आणि धन्यवाद! तुमच्यामुळे मला हे जग पाहायची दुसरी संधी मिळाली.

पण मला अजूनही कळत नाहीये तुम्ही माझ्यात असे काय पाहिले की तुम्हाला माझ्याबद्दल अशा भावना जाणवल्या. आपली जास्त ओळखही नाही पण जितकी आहे त्यावरून वाटले, तुम्ही खूप चांगली व्यक्ती आहात. तुम्हालाही तुमचं प्रेम मिळवण्याचा पूर्ण हक्क आहे. पण मी ती व्यक्ती नाही. प्रेम! हे प्रेम माझ्यासाठी नाही. माझ्यातला प्रेमाचा झरा कधीच सुकला आहे. आता परत नव्याने कोणाला स्वीकारणे मला शक्य नाही. आता तर वाटतं, मी ज्याच्यावर प्रेम करते तो प्रत्येक जण मला सोडून जातो. हे दुःख पचवायची ना आता माझ्यात ताकद आहे ना परत एकदा ह्या नात्यांच्या गुंत्यात अडकण्याची इच्छा!... त्यामुळे

प्लिज माझा विचार सोडून द्या आणि एक चांगली मुलगी पाहून तिच्यासोबत लग्न करून सुखाने आयुष्य जगा. तुमच्याबद्दल माझ्या मनात ना राग आहे ना अजून कसल्या भावना पण तुम्ही माझ्यासाठी जे काही केलं आहे त्यासाठी आयुष्यभर मी तुमची ऋणी राहील.

ते पत्र वाचून त्याने आपले डोळे पुसले. एकवेळ तिने त्याचा द्वेष केला असता तरी चाललं असतं पण तिने त्याच्याबद्दल तिच्या मनात काहीच भावना नाही म्हणल्यावर त्याला वाईट वाटलं. तो तसाच उठून ती राहत होती त्या रूममध्ये गेला. ती ज्या बेडवर झोपायची त्या बेडवर त्याने स्वतःला झोकून दिले.

"नाही खुशी. जसे मला आनंदी राहण्याचा हक्क आहे तसाच तुलाही हा हक्क आहे. मी इतक्यात हार मानणार नाही. आजन्म तुझी वाट पाहत राहील." तो स्वतःलाच धीर देत म्हणाला आणि त्याने आपले डोळे मिटले.

संध्याकाळी जाग आली ते मीनाच्या गावी पोहचल्याच्या मॅसेजमुळेच. त्याने उठून पाहिले तर भर दुपारी त्याला तिथेच झोप लागली होती. इकडे मीना आणि खुशी घरी पोहचल्या होत्या. आज इतक्या वर्षांनी आपले घर परत एकदा आपल्या डोळ्यांनी पाहून खुशीच्या डोळ्यात पाणी दाटले होते.

तिने दरवाजा उघडला तर घर स्वच्छ होते. मीनाने आधीच फोन करून शेजारच्या काकूंना ते साफ करायला सांगितले होते. खुशी हळूहळू आत आली.

समोर तिच्या बाबांचा फोटो दिसला आणि तो हातात घेऊन तिने छातीशी धरला.

"तुमची खूप आठवण येतेय बाबा. तुम्ही गेल्यावर ह्या डोळ्यांना तुमचे शेवटचे दर्शनही घेता आले नाही." कितीही रोखले तरी एक अश्रू गालावर आलाच तसे मीनाने तिच्या खांद्यावर हात ठेवून तिच्याकडे पाहत नकारात मान हलवली. डॉक्टरांनी रडायचे नाही अशी सक्त ताकीद दिली होती.

खुशीने स्वतःला सावरत तो फोटो खाली ठेवला आणि ती उठणार की समोरच्या भिंतीवर असलेला तिच्या आणि पार्थच्या फोटोकडे लक्ष गेले आणि परत एकदा हृदयातून एक कळ गेली. तिच्या लग्नातला एक एक क्षण डोळ्यासमोर उभा राहिला. तिने नजर फिरवली आणि आत निघून गेली.

मीनाने हे सगळं पाहिलं होतं. खुशीला याचा सतत त्रास होईल विचार करून मीनाने खुर्चीवर उभा राहून ती फ्रेम काढली आणि अडगळीच्या खोलीत नेऊन आपटली.

"जसा खुशीच्या आयुष्यातून निघून गेलास तसा तिच्या विचारांमधून, तिच्या आठवणी मधून का जात नाही?" ती खाली पडलेल्या फोटोफ्रेम मधल्या पार्थला

रागात बोलत होती. असा एकही क्षण गेला नसेल जेव्हा खुशीच्या चेहऱ्यावर दुःख पाहताच मीनाने पार्थला मनात शिव्या घातल्या नसतील.

खुशी आज नव्याने स्वतःच घर परत एकदा पाहत होती. घरातल्या मळकटलेल्या भिंती, भिंतीवर असणाऱ्या काही फोटोफ्रेम, घरातली बैठक व्यवस्था, किचन, किचनमधले सामान पाहत हळूहळू ती घरामागे असलेल्या छोट्या बागेत गेली. ती फुललेली फुले, हिरवी झाडे, मध्येच फांदीवर बसलेला एखादा पक्षी पाहून तिला आनंद होत होता. बराच वेळ हे सगळं पाहून थोडं फ्रेश होऊन ती परत हॉलमध्ये आली तर आता भिंतीवर पार्थ असलेली फ्रेम नव्हती. हे काम नक्की कोणाचं आहे तिला माहित होतं पण ती काहीच बोलली नाही.

"काही त्रास होत नाहीये ना? हे बघ सगळा स्वयंपाक झाला आहे. आज जास्त काही बनवलं नाही. आता जे बनवलं आहे तेच खावं लागेल. त्यानंतर मेडिसिन पण घ्यायच्या आहेत." मीना बाहेर येत म्हणाली आणि इथे खुशीने येऊन तिला घट्ट मिठी मारली.

"सॉरी!" हळू आवाजात खुशी इतकच म्हणाली. तिचा आवाज पुन्हा हळवा झाला होता.

"ये वेडाबाई, काय झाले?" मीनानेही तिच्या पाठीवरून हात फिरवत हळूच विचारले.

"तू माझ्यासाठी खूप काही केलं आहेस. जेव्हा सगळ्यांनी साथ सोडली तेव्हा फक्त तू सोबत होतीस. इतकेच नाही तर माझ्यासाठी सगळं सोडून इथे येऊन राहिलीस आणि मी आहे की तुलाच ओरडले." खुशी नजर झुकवत म्हणाली.

"चुप्प! आपलं ठरलं आहे ना, आपल्या मैत्रीत नो थँक्स, नो सॉरी.. आणि तू काय कमी केलं आहे माझ्यासाठी? बाबा अपघातात गेले तेव्हा मला आणि आईला कोणी सांभाळलं? माझा दादाही त्या अपघातात जखमी झाला होता. त्यावेळी तू आम्हाला सहारा दिला. स्वतःचे दागिने विकून आम्हाला घर खर्चाला पैसे दिले होते. माझ्या कॉलेजची फी भरली म्हणून आज माझे शिक्षण पूर्ण झाले आहे. त्याबदल्यात हे काहीच नाही गं.. त्यामुळे परत असे काही कधीच मनात आणू नकोस." मीनाने शेवटच्या वाक्यात चांगलाच दम भरला तशी खुशीने होकारात मान हलवली. दोघींनी मिळून जेवण केले आणि मीनाने तिला तिच्या मेडिसिन हातात दिल्या. खुशीला आराम करायला पाठवून तिने थोडी आवराआवर केली आणि ती ही आपल्या रूममध्ये झोपायला गेली.

खुशीनेही झोपायला डोळे बंद केले पण झोप लागत नव्हती. मनाला एक हुरहूर लागली होती. नक्की काय होतंय हे तिलाही समजत नव्हते पण अस्वस्थ वाटत

होते. काही वेळ ह्या कुशीवरून त्या कुशीवर केल्यावर अचानक तिचा फोन वाजला तशी ती काहीशी दचकली. 'आता ह्या वेळी कोण फोन करत असेल?' एक क्षण मनात विचार डोकावला आणि तिने नंबर पाहून फोन उचलला.

"हॅलो!" ती हळूच म्हणाली पण समोरून कोणीच बोललं नाही.

"हॅलो, कोण बोलतंय?" तिने परत विचारले पण आताही शांतता होती. अचानक तिच्या लक्षात आले विनीत म्हणाला होता तो फोन करेल म्हणून तिने अंदाज लावला आणि डोळे बंद करून अंदाजाने विचारले, "विनीतsss?"

"हूंss" समोरून फक्त हुंकार भरल्याचा आवाज आला आणि तिने डोळे उघडले.

"तू.. तू ठीक आहेस ना?" त्यानेही हळुवार आवाजात विचारले आणि तिनेही फक्त हुंकार भरला. नंतर बराच वेळ फोन चालू होता पण कोणीच काही बोलले नाही. घड्याळात रात्रीचे दहा वाजल्याचा मोठा आवाज झाला आणि खुशी भानावर आली.

"मी ठेवते." घाईत म्हणून तिने फोन ठेवून दिला. तिला स्वतःच वागणं कळत नव्हतं. मनाचा गोंधळ उडाला होता. हा त्याच्या भावनांचा आदर होता की त्याने केलेल्या ऋणांचे ओझे पण तिला त्याला 'परत फोन करू नका.' असे बोलता आले नाही. तिने फोन बाजूला ठेवला आणि डोळे बंद केले.

इकडे विनीत जबरदस्त आनंदी होता. 'ती फोन उचलेल का? उचल्यावर आपण आहे म्हणल्यावर बोलेल का?' त्याला आधी बरेच प्रश्न पडले होते ह्याच विचारात त्याने फोन करायला इतका वेळ लावला होता पण तिने फोन उचललाही आणि ती दोन शब्द का असेना त्याच्या सोबत बोललीही होती म्हणून त्याच्या तोंडून शब्दच फुटत नव्हते. त्याने आनंदात स्वतः भोवती एक गिरकी घेतली आणि तो परत आपल्या बेडवर पडला. आज इतक्यात झोप तर लागणार नव्हती पण तरीही डोळे बंद करून तिचाच चेहरा तो बंद पापण्या आड पाहत होता.

खुशीचे ऑपरेशन होऊन सहा महिने झाले होते. तिची तब्येत बरीच स्थिरावली होती. अंध आणि अपंग मुलांची शाळा तिने परत सुरू करायचा निर्णय घेतला होता, तेवढाच तिचा त्यांच्यासोबत छान वेळ जायचा. मुलेही तिला आता सगळं दिसतेय पाहून आनंदित होती. त्यात आता तिला कोणत्याही कामासाठी मीनावर अवलंबून राहावं लागायचं नाही.

घरातली कामे, बागेतील कामे, मुलांना शिकवणं यासारखी काम ती सहज करू शकत होती. पण हल्ली बाहेर गेल्यावर लोकांची नजर मात्र तिला छळायची. एकटी स्त्री म्हणून पुरुष अधाश्यासारखे पहायचे तर काही स्त्रिया तिच्याकडे सांत्वनेच्या नजरेने पाहायच्या, तर काही लोक प्रेमाने विचारपूसही करायचे. आधीही लोक

असेच पाहत असतील पण त्यावेळी हे सर्व भाव टिपायला तिच्याकडे दृष्टी नव्हती पण आता ह्या नजरांचा तिला त्रास व्हायचा.

"आई तुला सांगितलं ना, मला तिकडे यायला नाही जमणार आणि तू जे म्हणतेय ते ही इतक्यात शक्य नाही." मीना आपल्या आईला तावातावाने फोनवर बोलत होती.

"हे बघ माझा निर्णय झाला आहे. तू काहीही म्हणालीस तरी बदलणार नाही. मी आता फोन ठेवतेय." तिने रागात फोन बंद केला आणि मागे वळाली तर नुकतीच बाहेरून आलेली खुशी तिच्याकडेच येत होती.

"काय गं, काय म्हणत आहेत काकू?" मीनाचा उतरलेला चेहरा पाहून खुशीने विचारले.

"काही नाही असंच." मीना नजर फिरवत म्हणाली.

"असंच काही असतं तर तुझा चेहरा का उतरला आहे आणि माझ्या मीनूडीच्या नाकावर हा राग कसला?" खुशीने तिच्या हाताला धरून बाहेरच खुर्चीवर बसवत विचारले.

"काही नाही तेच नेहमीचं, तुझ्या लग्नाचे वय झाले आहे आणि ब्लाह! ब्लाह!! ब्लाह!!! मला तेच तेच ऐकून वैताग आलाय. मी ठरवले आहे मला नाही लग्न करायचे तर ही आई ऐकतच नाही." मीना थोडी वैतागत म्हणाली.

"मीनाss तू हे काय नवीन खूळ डोक्यात घालून घेतलंय? लग्न करायचे नाही तर आयुष्यभर एकटीने राहणार आहेस?" खुशी थोडं समजवण्याचा सुरात म्हणाली.

"हो एकटीनेच राहायचंय. नाही करायचे मला लग्न!" मीनाने तिथून उठून जायचा प्रयत्न केला पण खुशीने तिला परत हाताला धरून खाली बसवले.

"आणि का बरं लग्न करायचे नाही?"

"भीती वाटते. लग्न करून एका अनोळखी व्यक्तीला तना मनापासून स्वीकारायचं, एका अनोळखी व्यक्तीच्या हातात कसं स्वतःला सोपवायचं? स्वतःच नाव, घर, माणसं सोडून कसं त्याच्या सोबत जगायचं? आणि एवढं सगळं करूनही त्यानेही आयुष्याच्या प्रवासात पार्थसारखा हात सोडला तर? तू धाडसी आहेस म्हणून परत धीराने उभी राहिली पण मी.. मी असं काही नाही गं सहन करू शकणार. त्यापेक्षा हे लग्नच नको. मला माझ्या आयुष्याचा रिमोट कंट्रोल कोणाच्या हाती सोपवायचा नाही तर स्वतःचं आयुष्य स्वतःच्याच सोबतीने जगायचं ठरवलं आहे मी! शिवाय तुझ्यासारखी मैत्रीण असताना अजून कोण कशाला हवं आयुष्यात?" मीना डोळ्यातले पाणी पुसत म्हणाली तर खुशी स्तब्ध

होऊन बसली होती.

"सॉरी खुशी! पार्थचं नाव काढून तुझ्या जखमेवरची खपली काढून तुला दुखवण्याचा हेतू नव्हता पण मला खरंच हे लग्न नको आहे. लग्न ह्या संकल्पनेवरूनच माझा विश्वास उडाला आहे."

"नाही गं राणी! तू समजतेस इतकं वाईट नसतं गं लग्न. पार्थने फसवणूक केली म्हणजे सगळे असेच असतात असे काही नाही. प्रत्येक व्यक्तीला आपलं सुखदुःख वाटायला, आपलं मन मोकळं करायला एका साथीची गरज असते. आई वडील, मित्र मैत्रिणी, भावंडं एका ठराविक काळापर्यंत साथ देतात पण आयुष्याच्या वळणावर ती साथ सुटत जाते. आपल्याला आयुष्यभर साथ देणारा, आपल्या सोबत चालणारा आपल्या हक्काचा जोडीदार प्रत्येकाला हवा असतो." स्वतःला सावरून खुशीने मीनाला समजावले.

"मला नाही पटत हे. मला नको कोणता जोडीदार. मी माझ्या आयुष्यात असणाऱ्या लोकांसोबत सुखी आहे." मीना मान दुसरीकडे फिरवत म्हणाली.

"हो, आता कदाचित तुला हे नाही पटणार पण काही वर्षे सरली की तुझे हेच जवळपास असणारे लोक जेव्हा आपापल्या आयुष्यात व्यस्त होतील तेव्हा येणारा एकटेपणा तुला जीवघेणा वाटेल." खुशी डोळ्यात येणारे अश्रू कसे तरी थांबवत म्हणाली. एकटेपणाचं आयुष्य तीही जगत होती.

"एक लक्षात ठेव, कितीही जवळची मैत्रीण असली तरी ती आयुष्याच्या जोडीदाराची जागा नाही घेऊ शकत. काकूंना हे चांगलं माहीत आहे म्हणूनच त्या लग्नासाठी तुझ्या मागे लागल्यात. ऐक माझं, स्वतःला आणि तुझ्या आयुष्यात येणाऱ्या त्या व्यक्तीला एक संधी दे. एकदा का तुझ्यावर मनापासून प्रेम करणारा जोडीदार तुझ्या आयुष्यात आला की मग बघ तू स्वतःच त्याला कधी दूर करणार नाही. प्रेम, लग्न किती सुखकर असतं हे तेव्हा तुझ्या लक्षात येईल." खुशीने मनापासून तिला समजवण्याचा प्रयत्न केला.

"मग जोडीदाराची गरज तर तुलाही आहे ना. तू ही विनीत दादाला एक संधी दे." मीना म्हणाली आणि खुशीच्या चेहऱ्यावरचे भाव बदलले.

"मीना, किती वेळा सांगितलं मला माझ्या आयुष्यात हा विषय नको आहे." खुशी तिथून उठून जाणार की यावेळी मीनाने तिला अडवले.

"प्रत्येक वेळी तू ह्या गोष्टीपासून पळू शकत नाही. इतका वेळ मला समजवत होतीस ना, सगळे पुरुष सारखे नसतात, प्रत्येकाला जोडीदाराची गरज असती, पुढे जाऊन हा एकटेपणा असह्य होतो मग तेच तू स्वतःलाही एकदा समजावून का नाही सांगत?" मीना म्हणाली पण खुशीला काय उत्तर द्यावे हे कळत नव्हते.

"म..माझं..माझी गोष्ट वेगळी आहे.. मी .. मी.. नाही.." तिची बोलताना थरथर होत होती.

"काय वेगळी गोष्ट आहे तुझी? पार्थने तुझी फसवणूक केली, तू त्याची नाही. तो तुला संकट काळात एकटं सोडून गेला तू नाही. तो तुला सोडून नव्याने संसार करत आनंदाने जगत असेल आणि तू मात्र अजूनही त्याच्यापाठी एकटीने झुरतेय. का? तुला सुखी राहण्याचा अधिकार नाही? त्याने तुझी फसवणूक करून गुन्हा केलाच पण तू सुद्धा स्वतःला न केलेल्या गुन्ह्याची शिक्षा देतेय. स्वतःसोबत विनीत दादाच्या सुखाची फरफट करतेय." मीना पोटतिडकीने बोलत होती.

"मी नाही सांगितलं माझ्यासाठी त्यांना थांबायला." खुशी कसेबसे म्हणाली.

"मग पार्थ म्हणाला का तुला की माझ्यासाठी थांब. नाही ना? मग का स्वतःला आयुष्यात पुढे जाण्यासाठी थांबवतेय? तू कितीही म्हणालीस तुला आता पार्थच्या वागण्याचा त्रास होत नाही, तू सत्य परिस्थिती स्वीकारली आहे पण तुझ्या डोळ्यातल्या वेदना मला दिसतात. तू काय म्हणालीस मघाशी, माझ्यावर प्रेम करणारं कोणी भेटलं तर मी त्याच्या पासून अजिबात दूर जाणार नाही. तसंच तुझ्यावरही विनीत दादा खूप प्रेम करतो, त्याच्यासोबत लग्न करून राहशील तर ह्या पार्थलाही विसरशील तू. एकदा... फक्त एकदा... थोडी हिंमत कर." मीना अजून बोलत होती पण खुशीला ते सगळं सहन होत नव्हतं आणि ती तशीच तोंडावर ओढणी घट्ट दाबून आत निघून गेली.

मीनाने नाराजीने नकारात मान हलवली. कित्येक वेळा तिने खुशीसमोर हा विषय काढला असेल पण दरवेळी खुशीने तिलाच गप्प केले. आज मीनाने तिलाच शब्दात पकडले तर ती पाठ दाखवून पळून गेली. त्या रात्री दोघीही जेवल्या नाहीत. आपापल्या रूममध्ये बसून होत्या.

इकडे मुंबईत विनीत आपली कामे भरभर संपवत होता. रात्रीचे नऊ वाजत आले होते आणि नेहमीप्रमाणे खुशीला फोन करायचा होता. गेल्या सहा महिन्यात त्याने लक्षपूर्वक ऑफिसमध्ये काम करून कंपनीचे नुकसान भरून काढले होते. सोबत खुशीच्या नावाने एक एनजीओ सुरू करून त्या मार्फत कित्येक अंध व्यक्तीचे ऑपरेशनही केले होते.

नऊ वाजले तसे त्याने तिला फोन केला. दोन वेळा कॉल केला तरी तिने फोन उचलला नाही पाहून त्याला काळजी वाटली. तिसऱ्या वेळी मात्र तिने फोन उचलला.

"हॅलो" विनीत हळूवार म्हणाला.

"माणूस फोन उचलत नाही याचा अर्थ त्याला बोलायचे नाही, इतकेही कळत नाही का?" ती रडक्या आवाजात काहीश्या रागात म्हणाली.

"खुशी, काय झालं काही प्रॉब्लेम आहे का?" विनीतला मात्र तिचा रडका आवाज ऐकून छातीत धस्स झाले.

"हो आहे प्रॉब्लेम! तुम्हीच माझा प्रॉब्लेम आहे. का करताय हे सगळं? का मला एकटीने जगू देत नाही." ती हुंदका आवरत म्हणाली आणि आज ती अशी काय बोलतेय त्याला समजेना.

"खुशी, काय झालं? माझं काही चुकलं का? तू रडतेय का?" तो आपल्या जागेवरून उठून थोडं घाबरूनच म्हणाला.

गेले सहा महिने तो रोज तिला फोन करायचा आणि 'कशी आहेस?' हा एकच प्रश्न विचारून तिची चौकशी करायचा. तीही 'ठीक आहे' इतकंच म्हणून फोन ठेवून द्यायची. त्यावरच तो सुखाने झोपायचा. पण आज ती रडत होती, त्याच्यावर रागावली होती.

"तुम्ही का माझी वाट पाहता? माझ्यामुळे.. माझ्यामुळे तुम्हाला त्रास होतोय आणि मला ते नाही सहन होत आता." मघाशी मीनाने त्याला होणाऱ्या त्रासाबद्दल जाणीव करून दिली. त्याचाच तिला त्रास होत होता, स्वतःचा राग येत होता आणि तोच राग आता विनीतवर निघत होता.

तो मात्र थांबून विचार करू लागला, ती रडत होती म्हणून त्यालाही वाईट वाटले. पण कुठे तरी या गोष्टीचा आनंद होत होता की तिला त्याची काळजी आहे. त्याला होणारा त्रास तिला समजत आहे आणि याचाच तिला आता त्रास होतोय.

"मला काही अडचण नाहीये खुशी, मी तुला कधीच याविषयी तक्रार करणार नाही. तू ही नको त्रास करून घेऊ." त्याने तिला कसे बसे समजावून शांत केले. तीही मग रडता रडता झोपून गेली.

काही महिन्यानंतर...

पुण्यात एका हॉलमध्ये मीनाचे लग्न सुरू होते. खुशी आनंदाने तिच्या लग्नाच्या तयारीत सहभागी झाली होती. आपल्या मैत्रिणीच्या नवीन आयुष्याला सुरुवात होतेय, तिच्याही आयुष्यात सुख येईल पाहून ती आनंदित होती.

"खूप सुंदर दिसतेय. काळजी घे स्वतःची आणि माझ्या जीजूंना जास्त त्रास नको देऊ." लग्न झाल्यावर मीनाला निरोप देताना खुशी बोलत होती.

"तू ही तुझी काळजी घे, थोडा आरामही करत जा. तुला बोलायला आता मी नाही तिथे तर स्वतःची मनमानी करू नको." मीना तिच्या गळ्यात पडून रडू लागली आणि बाकी लोकही भावनिक झाले. मैत्रिणी असल्या तरी दोघींच्यात

सख्या बहिणींप्रमाणे प्रेम होते.

सहा महिन्यांपूर्वी खुशीने जेव्हा विनीतकडे रडत तक्रार केली, जरी त्याला थोडं समाधान असलं तरी कोणत्याही प्रकारे त्याला तिला त्रास द्यायचा नव्हता म्हणून त्याने मीनाला परत हा विषय काढू नको म्हणून समजावले.

त्यानंतर मीनाने कधीच हा विषय काढला नाही आणि खुशीच्या समजवण्यामुळे तीही लग्नाला तयार झाली. तिच्या आईने निवडलेल्या मुलाला भेटून तो योग्य वाटल्यावरच तिने लग्नाला होकार दिला आणि पाहता पाहता आज तिचे लग्न पार पडले.

मीनाची सासरी जाणारी कार नजरेआड होईपर्यंत खुशी पाहत होती. त्यानंतर ती मागे वळाली. डोळ्यातले पाणी परत एकदा पुसले आणि राहिलेल्या लोकांवर एक नजर टाकून आत जाऊ लागली.

लग्नाचे विधी सुरू झाल्या तशी हॉल मधल्या लोकांवर खुशीची नजर फिरू लागली होती. तिच्याही नकळत ती कोणालातरी शोधत होती. आता लग्न झाल्यावरही तिने उरलेल्या लोकांवर एक नजर टाकली पण तिला ती शोधत असणारा चेहरा नजरेस पडला नाही आणि इतक्यात तिच्या फोनच्या मॅसेजची रिंग वाजली.

तिने पाहिले तर मीनाचा मॅसेज होता, 'ज्याला सकाळपासून तुझी नजर शोधतेय तो तुझ्या समोर यायचं नाही म्हणून लग्नाला आला नाही.' तिने पटकन फोन मागे धरला जसे की त्या फोन मधूनच मीना तिला खडसवणार होती.

"नाही.. नाही.. मी नाही कोणाला शोधत." स्वतःला समजावत तिने आपली सामानाची बॅग घेतली आणि कॅब घेऊन आपल्या घराकडे निघाली.

मनात एक हुरहूर दाटून आली होती. तिला स्वतःचे वागणे कळत नव्हते. खरंच ती त्या गर्दीत त्याला शोधत होती का? पण कसे शोधणार होती ती त्याला? कसे ओळखणार होती त्या गर्दीत? तिने तर त्याला कधी पाहिलेही नव्हते, ना कधी सोशल साईटवर त्याला शोधायचा प्रयत्न केला होता. पण आता तिला स्वतःच्या वागण्याचा राग येऊ लागला. खरंच ती बदलत होती का? विनीतचा विचार करू लागली होती का? हताश होऊन तिने डोळे बंद केले आणि वाऱ्याच्या झुळूकेने तिला झोप लागली. जेव्हा जाग आली तेव्हा कॅब तिच्या घरासमोर उभी होती. कॅबवाल्याचे पैसे देऊन आपले सामान घेऊन ती घरामध्ये आली.

घरात पाऊल ठेवले आणि तिला जाणवली ती भयाण शांतता! इतके दिवस मीना असल्याने असा एकटेपणा कधी जाणवला नव्हता. मीना अधेमध्ये पुण्याला जायची पण तेव्हा माहित होते ती परत येणार आहे. पण यावेळी ती अशी सतत

माघारी यायला नव्हती गेली. मीनाच्या आठवणीत परत एकदा डोळ्यात अश्रू दाटले आणि मग दरवाजा बंद करून ती आपल्या खोलीत आली.

जड मनाने स्वतःला सावरून, फ्रेश होऊन, कपडे बदलून तिने स्वतःला बेडवर झोकून दिले. घड्याळात पाहिले तर आता कुठे रात्रीचे आठ वाजले होते. पण लग्नाच्या धावपळीमुळे शरीर थकले होते, विचार करून मन थकले होते, पापण्या जड झाल्या होत्या. तिला झोपायचं होतं पण पुन्हा पुन्हा मोबाईलकडे नजर जात होती.

काही वेळ त्या मोबाईलकडे पाहिल्यावर अचानक तिच्या लक्षात आले ती आज विनीतच्या फोनची वाट पाहत आहे. लग्नात तिची त्याला शोधणारी नजर आणि आता त्याच्या फोनची आतुरता तिला स्वतःच्या नजरेत दिसली आणि तिने रागात स्वतःच्या हाताची मूठ आवळली. तिला स्वतःच्याच वागण्याचा राग येत होता आणि त्याच रागात तिने फोन बंद करून ठेवला आणि डोळे बंद करून पडून राहिली.

विचारांच्या गर्तेत हरवत उशिरा कधी तरी झोपी गेली. पुढचा सगळा दिवस तिने फोन काही सुरू केला नाही पण आता दिवसभर विनीतचे विचार डोक्यात होते आणि अचानक संध्याकाळी घरासमोर एक गाडी येऊन उभी राहिली. ती बाहेरच बागेत काम करत असल्याने तिने पाहिले तर त्यातून मीना उतरत होती.

"मीना, आता इथे?" मनातच तिने स्वतःला प्रश्न केला आणि पटकन मीनाच्या दिशेने गेली.

"तू ठीक आहेस ना?" खुशी काही बोलण्याआधीच मीनाने प्रश्न केला.

"हो!.. मी ठीक आहे. पण तू इथे?" खुशीने गोंधळून प्रश्न केला पण तेवढ्यात मीनाने चिडत रागात पुढचा प्रश्न केला, "तुझा फोन कुठे आहे?"

"माझा फोनss माझा फोन स्वीच ऑफ.." मीनाचे रागात पाहणारे डोळे पाहून खुशीचा आवाज हळूहळू कमी झाला.

"तू मूर्ख आहेस का? फोन का स्वीच ऑफ केला आहे? आम्ही वेडे आहोत का की तुला वेड्यासारखं फोन करतोय." तिने 'आम्ही' ह्या शब्दावर जोर देत म्हटलं आणि खुशी समजून गेली ती कोणाबद्दल बोलतेय.

तिला काय स्पष्टीकरण द्यावे समजलेच नाही. ती तशीच उभी होती की मीनाचा नवराही तिथेच आहे जाणवले तसे तिने स्वतःच्या डोक्यातले विचार बाजूला ठेवून त्यांना आत यायला सांगितले आणि चहा पाणी केले. मीनाला घरी परतणे गरजेचे होते त्यामुळे तिने खुशीला हात धरून आतल्या रूममध्ये आणले.

"खुशी, हा काय मूर्खपणा आहे? असं परत करू नकोस. रात्रभर विनीत दादा तुला कॉल करत होता. त्याला तुझी काळजी वाटत होती. माझं लग्न झाल्याने तो मलाही कॉल करू शकत नव्हता. तो बिचारा तिकडे कामासाठी ऑस्ट्रेलियाला गेला आहे. लगेच इथे येणे पण शक्य नव्हतं. पण शेवटी पर्याय नाही पाहून त्याने मला कॉल केला आणि मीही सगळं सोडून इथे आले." मीना म्हणाली.

खुशीला हे सगळं ऐकून गिल्टी वाटत होतं.

"सॉरी मीना, असे परत करणार नाही. ते रात्री.. विचार.." खुशीने आपले डोळे घट्ट बंद केले.

"विनीत दादाने हे सांगायला मनाई केली होती. पण मी नाही रोखू शकले स्वतःला आणि अजून एक आता स्वतःला जास्त त्रास करून घेऊ नको. त्यालाही तुझा त्रास सहन होणार नाही." तिच्या गालावर हात ठेवून मीना म्हणाली आणि आपल्या नवऱ्यासोबत निघून गेली.

खुशीच्या डोळ्यात मात्र पाणी तरळले, 'रात्रभर विनीत दादा तुला कॉल करत होता, त्याला तुझी काळजी वाटत होती.' मीनाने बोललेली वाक्य तिच्या डोक्यात घुमत होती. तिने फोन सुरू केला आणि पुढच्याच क्षणी विनीतचा नंबर त्यावर झळकू लागला. तिने एक दीर्घ श्वास घेऊन सोडला आणि फोन उचलला.

"तू ठीक आहेस ना खुशी? तब्येत तर ठीक आहे ना?" त्याच्या शब्दांमधली, त्याच्या आवाजातली काळजी तिच्या हृदयापर्यंत पोहचली आणि तिला अजूनच वाईट वाटले.

"सॉरीsss" तिने कसेबसे म्हटले आणि ती तोंडावर हात ठेवून आपले मुसमुसणे दाबत होती. तोही फोनच्या त्या बाजूला गप्प होता. बराच वेळ शांतता होती. ना तो काही बोलला ना ती काही बोलली. आज दोघेही एकमेकांना फक्त श्वासांच्या गतीने अनुभवत होते.

"सॉरी खुशी! मला तुला त्रास द्यायचा हेतू नव्हता. मला नव्हतं माहित माझ्या फोनमुळे तुला काही त्रास होत असेल. मी आधीही म्हणालो होतो, मी कधीच माझं प्रेम तुझ्यावर थोपवणार नाही. आजही तेच म्हणेल आणि इथून पुढे तुला कधीच कॉल करणार नाही." बऱ्याच वेळाने एवढे बोलून त्याने जड अंतःकरणाने फोन बंद केला आणि हताशपणे बाथरूममध्ये जाऊन अंगातल्या कपड्यावरच शॉवर खाली उभा राहून मूकपणे अश्रू गाळू लागला.

ती आपल्याला नाकारत आहे, तिला आपण नको आहोत, आपल्यामुळे त्रासून तिने फोन केला अशी त्याची धारणा झाली आणि हीच भावना त्याला आतल्या आत छळत होती. त्याला काय माहित ती त्याच्यावर नाहीतर स्वतःच्या

वागण्यावर चिडली होती.

खुशीला समजत नव्हते इथून पुढे विनीत फोन करणार नाही म्हणून आनंदी व्हावे की त्याच्या आवाजावरून तो किती दुखावला गेला आहे म्हणून त्याला फोन करून 'सॉरी' म्हणावे. डोळ्यातले पाणी पुसून तिने डोळे बंद केले आणि तशीच पडून राहिली.

त्यानंतर विनीतने परत तिला कधीच फोन केला नाही. तिच्याबद्दल काही समजत नव्हते म्हणून बिन पाण्याच्या माशासारखी त्याची तरफड होत होती. तिच्या अपरोक्ष तिची माहिती मिळवणे तसे इतकेही अवघड नव्हते. पण तिच्यावर पाळत ठेवणेही त्याला योग्य वाटले नाही. शेवटी सगळं काही वेळेवर सोपवून त्याने तिच्या आठवणीमध्ये जगायचे ठरवले.

काही दिवस गेले असतील. हल्ली खुशीची तब्येत बिघडत चालली होती. मन प्रसन्न तर शरीर ठीक राहील ना? तिचा एकटेपणा तिला त्रास देत होता. मीना जवळ नाही आणि विनीतचा रोज येणारा फोनही बंद झाल्याने ना जवळ कोणी बोलायला होते ना डोळे पुसायला कोणाचा आधार होता. थोडा वेळ घरी येणारी मुलेच काय तिला सगळं विसरायला भाग पाडायची पण ती गेली की परत एकदा तिला एकटे वाटायचे.

अशातच ती खूप आजारी पडली. मीनाला काळजी नको म्हणून तिने तिला काही सांगितले नाही. शिवाय मीनाने नवीन ऑफिसला जाणे सुरू केल्याने ती ऑफिसच्या कामासाठी दिल्लीला गेली होती. होत असणाऱ्या त्रासाने अंगात कणकण वाटत होती. उठून काही बनवायचे त्राणही अंगात नव्हते. दिवसभर काही खाल्ले नव्हते, आता तर डोळ्यासमोर अंधारी येत होती. अशावेळी आपल्या आयुष्यात आपली काळजी घेणारं कोणीतरी असावं असं खूप वाटतं. स्वतःच्या लाचारपणाची तिला जाणीव झाली आणि कोणाच्या तरी भक्कम आधाराची गरज वाटत असताना नकळत मोबाईलकडे हात गेला आणि तिने विनीतचा नंबर डायल केला. काही रिंग वाजल्यानंतर तिकडून फोन उचलला गेला. "हॅलो" तिकडून आवाज कानी पडताच डोळ्यातून परत एकदा अश्रू आले आणि ती फक्त "हॅलो" इतकंच म्हणून बेशुद्ध झाली.

"खुशीsss खुशीsss" एक हळू आणि घोगरा आवाज कानावर पडत होता. हळूहळू तो आवाज स्पष्ट ऐकू येऊ लागला. पण अजूनही तिला डोळे उघडू वाटत नव्हते. डोक्यावर कोणी तरी हातोडा मारत असल्याप्रमाणे डोक्यात वेदना होत होत्या. डोळेही जड झाले होते. ते उघडण्याची इच्छाही होत नव्हती पण कोणी तरी डोक्यावर हात फिरवत असल्याची जाणीव झाली आणि तिच्यातली स्त्री अनामिक

भीतीने जागी झाली.

बरेच प्रयत्न करून तिने डोळे उघडण्याचा प्रयत्न केला आणि एका क्षणी तिला यश आले. समोर एक धूसर चेहरा दिसत होता जो हळूहळू स्पष्ट होऊ लागला. तो अनोळखी चेहरा पाहून ती किंचित घाबरली. त्याच्या चेहऱ्यावर मात्र आनंद दिसत होता. तेवढ्यात तो मागे झाला आणि एक पांढऱ्या कोटातला माणूस समोर येऊन तिला तपासू लागला.

"त्या आता ठीक आहेत. तुम्ही बोलू शकता." एवढं तिच्या कानी पडले आणि ते निघून गेले. अजून थोडे डोळे उघडून तिने पाहिले आणि तिच्या लक्षात आले ती हॉस्पिटलमध्ये आहे.

"कशी आहेस खुशी? बरं वाटतंय आता? काही त्रास तर होत नाही?" त्याने काळजीने विचारले आणि ती एकटक त्याच्याकडे पाहत राहिली. चेहरा अनोळखी होता पण हा आवाज, त्याचे शब्द ते ओळखीचे होते.

तो तिच्या शेजारच्या एका स्टूलवर बसलेला तसा तिने हात हवेत उचलला. त्याला कळेना ती नक्की काय करतेय म्हणून त्याने तिच्या हाताच्या दिशेने पाहिले तर तिचा हात त्याच्या चेहऱ्यावरून फिरू लागला. तो जेव्हा पहिल्यांदा भेटला होता तेव्हा दृष्टी नसताना तिने स्पर्शावरून त्याला लक्षात ठेवले होते आणि आज परत ती स्पर्शाने खात्री करत होती.

"विनीतss?" तिने थोड्या आनंदाने विचारले आणि त्यानेही होकारात मान हलवली. त्याला पाहून का इतका आनंद झाला तिला स्वतःलाही समजले नाही. तिच्या डोळ्यातून एक अश्रू आला तसे त्याने पटकन तिचे डोळे पुसले.

"तुला कसला त्रास होतोय का? डॉक्टरला बोलवू?" त्याने परत काळजीने विचारले पण तिने फक्त नकारात मान हलवली.

नर्स तिच्यासाठी नाष्टा आणि मेडिसिन घेऊन आली तसा विनीत तिथून उठला. इच्छा तर खूप होती स्वतःच्या हाताने तिला जेवण भरवायची पण आधीच त्याने त्याचे प्रॉमिस तोडले होते त्यामुळे अजून तिच्या जवळ जाणे योग्य की अयोग्य त्याला समजत नव्हते.

नर्सने तिला सूप प्यायला मदत केली. तिनेही अजिबात आढेवेढे घेतले नाही. पण समोरच्या सोफ्यावर बसून तो मात्र कालची रात्र आठवू लागला. रात्री पहिल्यांदा तिचा स्वतःहून फोन आला होता. दोन क्षण तर त्याला हे खरं आहे समजायला गेला पण जेव्हा फोन उचलला तेव्हा ती फक्त अशक्त आवाजात 'हॅलो' बोलून शांत झाली. तो तिला आवाज देत राहिला पण तिने काहीच उत्तर दिले नाही. त्यावेळी मात्र त्याला तिची काळजी वाटली. मीनाला कॉल केला तर

तिचा फोनही बंद लागत होता. आता कोणाची वाट पाहण्याची किंवा आपले प्रॉमिस पाळण्याची वेळ नव्हती म्हणून त्याने लागणारे सामान घेतले आणि गाडी घेऊन तो लगेच तिच्या घराकडे निघाला. तीन तासाचे अंतर त्याने दोन तासात पूर्ण केले. दारात आल्यावर धडधड वाढली होती पण तिला सुखरूप पाहिल्या शिवाय आता स्वस्थ बसणेही जमणार नव्हते. त्याने दरवाजा वाजवला पण आतून काहीच प्रतिसाद नाही. शेवटी मागच्या खिडकीतून तो आत पोहचला जी नशिबाने थोडा धक्का दिला की लगेच उघडली होती.

तो तिला शोधत तिच्या खोलीपर्यंत आला. आत येऊन पाहिले तर खुशी झोपली होती. काही क्षण थांबल्यावर त्याला ते झोपणे नॉर्मल वाटले नाही म्हणून त्याने तिला आवाज दिला पण तिचे काहीच उत्तर नाही. त्याने अजून जवळ जाऊन तिला उठवायला हात लावला तर तिचे अंग तापले होते. त्याने घाबरून तिच्या चेहऱ्यावर हलकी चापट मारून तिला उठवायचा प्रयत्न केला पण ती ग्लानीतच होती. शेवटी त्याने तिला उचलून गाडीत बसवले आणि तिला जवळच्या हॉस्पिटलमध्ये घेऊन आला.

काही तास सलाईन आणि बाकी उपचार दिल्यावर ती शुद्धीत येताना दिसली आणि त्याच्या जीवात जीव आला. डॉक्टरांनी वायरल इन्फेक्शन असल्याचे आणि दोन दिवस तिने जेवण नीट न केल्याचे सांगितल्याने तो थोडा रिलॅक्स झाला. तिची काही दिवस काळजी घेतली की ती बरी होणार होती. त्यानंतर तिला आराम करायला सांगून नर्स निघून गेली. खुशीनेही लगेच डोळे बंद करून घेतले.

विनीतला मात्र समजत नव्हते ती नाराज झाली आहे का? तिला आवडले नाही का त्याचे इथे असे येणे? पण तिची हालत पाहता आता ते विचारणेही योग्य नव्हते. खुशी मात्र डोळे बंद करून विचारात हरवली होती. तिला पार्थ तिच्या आयुष्यात असतानाचा प्रसंग आठवला. ती अशीच एकदा आजारी होती आणि तो बाहेरगावी गेला होता. तिने फोन करून सांगितले तर त्याने एका मित्राला फोन करून तिच्या मदतीला पाठवले आणि नंतर दोन दिवसाने आपले काम पूर्ण करून आला. याउलट विनीत धावत पळत आला होता. त्याच्या डोळ्यातली तिच्यासाठी असलेली काळजी पाहून तिच्या मनात पुन्हा एकदा बैचेनी जाणवली. नकळत मन पार्थ आणि विनीतमध्ये तुलना करत होते. पार्थने संकटकाळी साथ सोडली होती आणि विनीत संकटात कसलीही अपेक्षा न करता तिच्या मदतीला उभा होता. मनात वादळ उठले होते जे सध्या ती कोणाला सांगू ही शकत नव्हती म्हणून तिने डोळे बंद करून गप्प राहणे योग्य समजले.

दुपार होत आलेली. तिला जाग आली तर विनीत सोफ्यावर मागे टेकून बसला होता. त्याला बसल्या जागीच झोप लागली होती. तो रात्रीचा आपल्याकडे आला. नंतर इथे घेऊन आला. रात्रभर झोपला असेल का? मघाशी डोळे थकल्यासारखे वाटले म्हणजे तो आपल्यासाठी रात्रभर जागा असेल का? ना ना प्रश्न तिच्या डोक्यात येत होते.

ती आता एकटक त्याला न्याहाळत होती. उभा चेहरा, रेखीव भुवया, सरळ नाक, तिच्यापेक्षा जरा जास्त गोरा वर्ण एकूणच तो हँडसम होता. त्याने हालचाल केली आणि तिने पटकन डोळे बंद केले. तिच्याकडे एक नजर टाकून तो फ्रेश होऊन आला. तेवढ्यात डॉक्टर आले आणि तिला परत एकदा तपासून डिस्चार्जबद्दल बोलले आणि बाहेर निघून गेले. तिने उठायचा प्रयत्न केला पण तिला जमत नव्हते. त्याने पुढे होऊन नजरेने तिला हात लावायची परवानगी मागितली आणि तिने आपला हात नकळत त्याच्या हातात सोपवला. उठल्यावर तिला जाणवले तिचे केस फारच विस्कटले आहेत ते नीट करत असताना जाणवले नुकतीच हाताची सलाईन काढली असल्याने तो हात दुखत आहे आणि एका हाताने केस बांधता येत नव्हते. ते पाहून त्याने तिच्या हातातला रबर बँड घेऊन तिचे केस नीट करून दिले.

आज तो पहिल्यांदा डोळ्यांना दिसला होता पण फार ओळखीचा वाटत होता. त्याच्या स्पर्शात आपलेपणा होता. आताही दोघे काहीच बोलले नाही. तिने उठून चालायला सुरुवात केली पण दोन पाऊले चालली असेल की तिचे पाऊल अडखळले आणि तिचा तोल जाणार की त्याने एका बाजूने येऊन तिला अलगद सावरले. ती जवळ जवळ एका बाजूने त्याच्या मिठीत होती. तिने वळून पाहिले तर तो मात्र पुढे पाहत होता. त्याच्या सोबत एक एक पाऊल टाकत ती बाहेर आली. त्याने तिला गाडीत बसवले आणि स्वतःही दुसऱ्या बाजूने येऊन गाडी सुरू केली.

काहीच वेळात दोघे खुशीच्या घराबाहेर होते. येताना गाडीत तिने डोळे बंद करून घेतले होते आणि तोही रस्त्यातले खड्डे चुकवत तिला त्रास होणार नाही अशी गाडी चालवत होता.

घरासमोर येताच त्याने तिला हात देऊन बाहेर आणले आणि परत एकदा एका बाजूने पकडून तिच्या सोबतच घरात पाऊल टाकले. तिला तिच्या रूममध्ये नीट झोपवून तो बाहेर आला.

एव्हाना अंधार पडला होता. फोनमध्ये पाहून त्याने जवळपास कुठले हॉटेल आहे का पाहिले पण ह्या गावात असे हॉटेल त्याला सापडले नाही. शेवटी शर्टच्या बाह्या मागे सारून त्यानेच किचनमधले सामान शोधले आणि मोबाईलवर

व्हिडीओ पाहून डाळ खिचडी बनवली. आधी स्वतःच थोडी खाऊन ती नीट झालीये का पाहिले. इतकी खास नाही पण खाण्यायोग्य झाली होती. त्याने थोडी खिचडी प्लेटमध्ये घेतली आणि तिच्या रूममध्ये आला.

"खुशी! थोडं खाऊन घे. परत मेडिसिन घ्यायच्या आहेत." आत येत तो म्हणाला आणि तीही उठून बसली.

त्याने तिच्यासमोर प्लेट ठेवली. तिने उजव्या हाताने चमचा उचलायचा प्रयत्न केला पण तिला आताही जमले नाही. शेवटी पुढाकार घेऊन त्यानेच तो चमचा उचलून तिच्या तोंडाजवळ धरला तसे तिने आ करून ते खाल्लं.

तिचे बऱ्यापैकी होत आल्यावर तिने 'बास' म्हटलं आणि त्याने तिला औषधे दिली. संपूर्ण दिवस तो तिच्यासोबत होता पण दोघांच्यात संवाद असा काही झालाच नव्हता. रात्रीचे इथे त्याचे थांबणे बरोबर होते का त्याला कळत नव्हते, पण तिला एकटीला सोडून जाणेही शक्य नव्हते. चुळबूळ करत त्याने बोलायला सुरुवात केली.

"सॉरी! मी.. माझं प्रॉमिस मोडलं पण मला तुझी काळजी वाटली आणि मी.. मी इथे येण्यापासून स्वतःला नाही रोखू शकलो. बस दोन दिवस...दोन दिवस मला इथे राहू देत. तुझी तब्येत ठीक झाली की मी निघून....." तो बोलत होता पण इतक्यात ती उठून त्याच्या मिठीत शिरली आणि तो बोलता बोलता स्तब्ध झाला. त्याच्या मिठीत शिरून तिचा बांध फुटला आणि ती हमसून हमसून रडू लागली. त्याला मात्र ती मिठीत आहे पाहून आनंदाचा धक्का बसला होता. पण तिच्या डोळ्यातील पाणी खांद्यावर जाणवले आणि तो धक्क्यातून बाहेर आला.

"खुशी! काय झालं? हे बघ. परत काही दुखतंय का? काही त्रास होतोय का? हॉस्पिटलमध्ये परत जायचं?" तिला मिठीत घेऊनच तो प्रश्न विचारत होता. ती मात्र अजूनही तशीच रडत होती. त्याने तिला स्वतःपासून दूर केले आणि तिचा चेहरा हातांच्या ओंजळीत घेऊन हलकेच तिच्या डोळ्यातले पाणी अंगठ्याने पुसले.

"खुशी बोल ना काय होतंय? मला आता भीती वाटतेय." त्याचाही आवाज गहिवरला होता. आधीच ती आजारी होती त्यामुळे चेहरा मलूल पडला होता आणि त्यात आता रडून गाल, डोळे आणि नाक अजूनच लाल दिसत होते.

"मला.. मला.. तुमची गरज आहे. प्लिज, मला सोडून जाऊ नका. मला आता हा एकटेपणा नाही सहन होत." तिने हुंदका देत म्हटलं आणि त्याने परत तिला मिठीत कैद केले. तिला होत असणारा त्रास त्यानेही कधीकाळी सहन केला होता.

औषधांचा असर होता त्यामुळे ती तशीच त्याच्या मिठीत झोपी गेली. किती वर्षांनी कोणी तरी तिला असं अलगद मिठीत घेतले होते. त्या मायेच्या उबेत कधी डोळे बंद झाले तिलाही कळाले नाही.

त्याने तिला बऱ्याच वेळाने अलगद बेडवर टेकवले. तो तिथून जाणार तर तिने त्याच्या शर्टची बाही घट्ट पकडली होती. त्याला काही वेळा पूर्वी तिचे बोललेले शब्द आठवले, 'मला सोडून जाऊ नका'. त्याने दुसऱ्या हाताने तिच्या अंगावरचे ब्लँकेट नीट केले आणि तोही मागे टेकून बसून राहिला.

तिच्या मलूल पडलेल्या चेहऱ्याकडे पाहत तो स्वतःशीच म्हणाला, "काय हालत करून घेतली आहे स्वतःची? का इतका हट्ट करतेय? पण तू कितीही हट्ट करुदे तुला आता एकटीला सोडणार नाही." विचार करत करत त्यालाही तिथेच झोप लागली.

सकाळी नेहमीच्या वेळेला खुशीला जाग आली. आज थोडं बरे वाटत होतं. तिने डोळे उघडले आणि शेजारी कोणाचे तरी शरीर जाणवले. तिने मान उंचावून पाहिले तर विनीत बसल्या जागी झोपला होता. त्याला काही बोलणार इतक्यात तिच्या लक्षात आले, तिनेच त्याचा हात घट्ट पकडला आहे. परत भीतीयुक्त धडधड जाणवली आणि त्याला धक्का न लावता ती पटकन उठून तिथून बाहेर पडली.

डोळ्यात आसवं पुन्हा गर्दी करत होते. रात्री आपण त्याला बिलगलो विचार करून स्वतःचा पुन्हा राग येत होता. तो काय समजत असेल आपल्याबद्दल? आपल्या वागण्याचा काही चुकीचा अर्थ तर काढणार नाही ना? विचार करून तिने नकारार्थी मान हलवली इतक्यात मागे एका अस्तित्वाची चाहूल लागली तशी ती मागे वळाली तर विनीत थोडं गडबडीत बाहेर येत होता.

"खुशीsss तू बाहेर का आलीस? अजून तुझ्या अंगात ताप आहे. तुला आरामाची गरज आहे." तो तिला हात लावणार की ती मागे सरकली.

"मी ठीक आहे." तिच्या डोळ्यातली ती परकेपणाची भावना पाहून तो ही शांत झाला.

"ओके. चल आराम कर." आहे त्या जागेवर थांबूनच तो निर्विकारपणे म्हणाला.

"मी.. मी.. ठीक आहे... तु..म्ही.. तुम्ही घरी जाऊ शकता आ..ता.." ती अडखळत नजर झुकवून म्हणाली. तो मात्र थोडा आश्चर्यचकित झाला. रात्री मला सोडून जाऊ नका म्हणणारी ती आज त्याला जायला सांगत होती.

"खुशी! तुला बरं वाटलं की मी जाईल." तो म्हणाला आणि आत जाऊ लागला.

"गावातल्या लोकांनी तुम्हाला इथे पाहिलं तर उगीच चुकीचे अर्थ निघतील." ती मान खाली घालून डोळे पुसत म्हणाली पण त्याने आश्चर्याने मागे वळून

तिच्याकडे पाहिले.

"म्हणजे तुला तुझ्यापेक्षा मी इथे असल्यावर लोक काय म्हणतील याची काळजी आहे?" तो किंचित रागात म्हणाला. त्याच्या आवाजातला फरक तिलाही जाणवला पण ती तशीच उभी राहिली.

"ओहह ग्रेट! म्हणजे तू इथे मरून पडली असती तरी कोणाला समजलं नसतं. ज्या लोकांच्या तू खिजगिणतीतही नाही असे लोक काय म्हणतील याचा विचार करतेय तू?" त्याचा आवाज वाढला होता. ती मात्र निरुत्तर झाली होती.

तो झपझप पावले उचलून आत फ्रेश व्हायला गेला. त्याच्या एका माणसाने रात्रीच इथे त्यांचे सामान पोहचवले होते. आपले कपडे घेऊन त्याने अंघोळ उरकली. स्वतःच आवरून तो किचनमध्ये गेला आणि स्वतःचा चहा बनवून हॉलमध्ये आला. ती अजूनही तिथेच बसून होती. त्याच्या वागण्यावरून तो नक्कीच इथून जाणार नव्हता हे तिला समजले होते आणि मग तिनेही काहीच म्हटले नाही.

स्वतःचं आवरून तीही बाहेर आली. त्याने तिच्यासाठी हलकासा ब्रेकफास्ट बनवला आणि तिला समोर बसून खायला लावला. आजचा दुसरा दिवस होता. दोघेही एकाच घरात होते पण दोघांत संभाषण काहीच नव्हते. तो मात्र मूकपणे तिची काळजी घेत होता आणि ती अजिबात नकार देत नव्हती.

रात्री जेवून ती झोपली पाहून तोही हॉलमध्ये येऊन झोपला. पहाटे तहान लागली म्हणून जाग आली म्हणून तो उठून किचनमध्ये जाणार की मागच्या दारात कोणी तरी बाहेरच्या दिशेला तोंड करून बसले होते. तो हळूहळू त्या दिशेला गेला आणि त्याला समजायला वेळ नाही लागला ती खुशी आहे.

"खुशी, इथे काय करतेय? तुझी तब्येत अजून इतकी बरी झाली नाही. या गारव्याने.." तो बोलत होता की तिचा चेहरा दिसला तर आताही तिच्या डोळ्यात पाणी होते.

"का स्वतःला इतका त्रास करून घेतेय? काय मनात आहे इतकं जे तुझं मन इतकं आक्रोश करतंय?" तिच्या शेजारी बसत त्याने हळूवारपणे विचारले आणि तिने मान खाली घातली.

"नाही खुशीss प्रत्येक वेळी तू अशी परिस्थितीपासून नाही पळू शकत. साधारण वर्षभरापूर्वी ह्याच ठिकाणी तू मला माझ्या दुःखातून बाहेर काढलं होतं आणि आज तू स्वतःच दुःखी होऊन रडतेय. एकदा मन मोकळं करून बघ. ट्रस्ट मी! मी नक्कीच तुझा त्रास कमी करण्याचा प्रयत्न करेल." तो तिला विश्वास देत म्हणाला आणि तिने डोळ्यातले पाणी पुसत बोलायला सुरुवात केली.

"तुम्ही माझ्यासाठी हे सगळं नका करू. माझ्याकडून अपेक्षित प्रेम तुम्हाला कधीच मिळणार नाही. परत नव्याने प्रेम करणं मला शक्य नाही. त्यापेक्षा तुम्ही एक चांगली मुलगी पाहून लग्न का करत नाही?" तिने त्याच्या डोळ्यात पाहत प्रश्न केला जे तिच्याचसाठी असणाऱ्या प्रेमाने भरले होते.

"लग्न करशील माझ्याशी? मला नको आहे तुझं प्रेम! माझं एकट्याचं प्रेम पुरे आहे आपल्याला आयुष्य जगायला. मी तुझ्याकडून कधीच कसलीच अपेक्षा करणार नाही फक्त माझ्यासोबत चल." तो शांतपणे म्हणाला आणि तिने डोळे बंद करून परत उघडले.

"तुम्हाला कळत का नाही? माझं आधीच लग्न झालंय. तुम्ही माझ्यासारख्या एकदा लग्न झालेल्या स्त्री बरोबर लग्न.. समाज काय म्हणेल? तुम्हालाही बोल लागेल. नाही नकोच हे सगळं. माझ्यामुळे तुम्हाला फक्त त्रासच होईल." ती काहीशी वैतागत म्हणाली.

"शsss, मला तुझं आधी लग्न झालं आहे याचा फरक पडत नाही. तुझी दृष्टी जरी परत आली नसती तरी मला फरक पडला नसता आणि समाजाचा विचार मी करत नाही. कोण काय म्हणेल याची मला फिकीर नाही. त्यांच्यामुळे नाही पण तुझ्यापासून दूर राहून नक्कीच मला त्रास होतोय." तो कळकळीने म्हणाला.

"एक प्रश्न विचारू?" खुशीने त्याच्या डोळ्यात एकटक पाहत विचारले.

"हूं.." त्याने फक्त हुंकार भरत मान डोलावली.

"मीच का?"

"त्या रात्री निशाच्या दूर जाण्याचं मनात इतकं दुःख घेऊन गाडी घेऊन निघालो होतो की जगण्याची इच्छाच मेली होती. स्वतःला संपवायचं ठरवलं होतं मनाशी आणि त्याच धुंदीत गाडी पळवत होतो.

पण नाही! मी मेलो नाही कारण माझ्या नशिबात अजून जीवन होतं, खूप सुंदर जीवन, तुझ्या सोबतीने! त्या दिवशी तू एक एंजल बनून माझ्या आयुष्यात आलीस आणि माझा जीव वाचवला. तुझ्या त्या बोलण्याने मला प्रेम नक्की काय असतं ते समजलं आणि मी पुन्हा प्रेमात पडलो. कधीच वाटलं नव्हतं निशा सोडून कोणाचा विचार करेल पण इथून गेल्यावर एकही दिवस निशाची आठवण आली नाही कारण तू माझ्या मनात आदरयुक्त जागा घेतली होतीस. निशावर फक्त प्रेम करत होतो पण मी तुझा आदर करतो. निशाचा फक्त चेहरा पाहून प्रेम करत होतो पण तुझं निर्मळ मन, तुझा आयुष्याकडे पाहण्याचा दृष्टीकोन, तुझी प्रेम करण्याची पद्धत सगळंच खूप खूप मला आवडलं.

मी आज जिवंत आहे ते तुझ्यामुळे! तू फक्त माझा जीव वाचवला नाही तर आयुष्याकडे पाहायची दृष्टी दिलीस. खुशी, माझ्या जगण्याचं कारण आहेस तू! तू होतीस म्हणून हा विनीत आहे नाहीतर त्यादिवशी नाही तर नंतर कधी तरी मी नक्कीच मेलो...." तो बोलत होता की तिने पटकन त्याच्या तोंडावर हात ठेवला.

"असं अशुभ बोलू नये." तिने पटकन म्हटलं. त्याच्या मात्र ओठांच्या कडा रुंदावल्या. त्याने पुढे येऊन तिच्या कपाळावर ओठ टेकवले आणि सूर्याची पहिली किरणं दोघांच्या चेह‍र्‍यावर पडली. ही पहाट दोघांच्या आयुष्यात एक नवीन उमेद घेऊन आली होती.

"लग्न करशील माझ्या सोबत, प्लिजsss?" त्याने पुन्हा एकदा विचारले आणि ती परत शांत झाली. निर्णय घेणे अजूनही सोप्पे नव्हते. काही गोष्टी मनावर इतक्या खोल बिंबवल्या गेल्या होत्या की हे नवीन नातं स्वीकारणे अवघड वाटत होते.

जेव्हा निर्णय घेणे अवघड व्हायचे तेव्हा डोळे बंद करून जे दिसेल ते ती निवडायची. आताही तिने डोळे बंद केले. बराच वेळ डोळ्यासमोर अंधार दिसत होता पण हळूहळू सूर्याची किरणे जाणवू लागली आणि त्या उजेडात विनीत उभा होता. तिने पटकन डोळे उघडून पाहीले तर आताही समोर विनीत होता. आज कित्येक दिवसांनी असे झाले होते की पार्थ ऐवजी दुसर्‍या कोणाचा तरी चेहरा दिसत होता. विनीत तिचा गोंधळलेला चेहरा पाहत होता. तिने फक्त होकारात मान हलवली आणि त्याने आश्चर्याने परत एकदा डोळे विस्फारून तिच्याकडे पाहिले.

"तू.. तू... तयार आहेस लग्नाला?" त्याने खात्री करायला परत विचारले.

"हो! मला माहित नाही मी तुमच्यावर कधी प्रेम करू शकेल का? पण.. पण.. मला आता एकटीला नाही राहायचं." तिने चेहरा खाली करत म्हटलं आणि तो वेडा यातही आनंदीत झाला.

त्याला तर नाचावेसे वाटत होते. या जगाला ओरडून सांगावे वाटत होते की पहा माझ्याकडे आज माझं सुख माझ्याजवळ आहे. माझी खुशी माझ्याजवळ आहे पण तिच्या भावनांचा विचार करून त्याने स्वतःच्या वागण्यावर नियंत्रण ठेवले आणि तिला परत आत घेऊन गेला.

दोन दिवसात खुशीची तब्येत बर्‍यापैकी सुधारली आणि विनीतने मीना आणि त्याच्या आईला खुशी लग्नाला तयार असल्याचे सांगितले. चंद्रकलाताई आपल्या मुलाचे आयुष्य आता तरी मार्गी लागेल यामुळे आनंदित होत्या आणि मीनानेही आनंदाने सगळं घर डोक्यावर घेतले होते. खुशीचे दुःख तिने फार जवळून पाहिले

होते आणि आता तिच्या वाटणीचे सुख मिळतेय पाहून तीही आनंदित होती.

पुढच्या एकदोन दिवसात चंद्रकलाताईंनी सगळ्या गोष्टी ठरवल्या आणि चार पाच दिवसातच लग्नाचा मुहूर्त काढला. लग्नासाठी सगळे जवळच्या महादेवाच्या मंदिरात पोहचले. संगमरवरी असे ते शंकर पार्वतीचे मंदिर फारच उत्कृष्ट दिसत होते.

"खुशी! जा बाळा तयार हो. लवकरच लग्नाचा मुहूर्त आहे." चंद्रकलाताईंनी तिच्या हातात लग्नाचा शालू आणि काही दागिने दिले. मीनाला तिच्या मदतीला पाठवून त्या पुढच्या तयारीला गेल्या. मंदिराच्या आवारात काही खोल्या होत्या तिथेच ती तयार होत होती. असाच भरजरी शालू, असेच दागिने तिने या आधीही घातले होते. परत एकदा त्या दिवसांची आठवण झाली आणि त्या वेदना डोळ्यात दिसू लागल्या.

"नाही खुशी! नको रडूस आता. माहित आहे तुझ्या मनात पार्थ सोबतच्या खूप सुंदर आठवणी आहेत पण त्या आठवणी आता पुसून टाकायचा प्रयत्न कर. तुझं हे दुःख लग्नाच्या त्या अग्नी कुंडात कायमचं जाळून टाक आणि विनीत दादा सोबत नव्याने सुरुवात कर." मीना तिला समजावत म्हणाली आणि तिची तयारी करून दिली.

इकडे विनीतही तयार झाला होता. शेरवानीमध्ये अगदी राजबिंडा दिसत होता. तेवढ्यात चंद्रकलाताई त्याच्या खोलीमध्ये गेल्या आणि त्याला फेटा बांधून देऊन म्हणाल्या, "खूप हँडसम दिसतोय राजा!" त्यांनी त्याच्या डोक्यावरून हात ओवाळून कानामागे बोटे मोडली.

"विनीत, मला अभिमान आहे की तू खुशी सारख्या मुलीसोबत लग्न करतोय. सगळ्यांच्यात अशी हिंमत नसते आणि अजून एक बोलायचं होतं, तुझे बाबा असते तर त्यांनीच हे सांगितले असते पण ते नाहीत तर मीच सांगते. बाळा, लग्नानंतर जेव्हा दोघांची शरीरं जवळ येतात त्याआधी त्या दोघांची मनही जुळायला हवीत. तुझ्या डोळ्यात तर खुशीसाठी असणारं प्रेम दिसतं पण तिच्या मनात मला अजून तरी असे काही दिसत नाही. मला वाटतं हे नातं तिने आनंदाने स्वीकारावं. आशा करते मी काय म्हणतेय ते तुला समजत आहे. बिचारीने आधीच खूप सोसले आहे. तिला अजून कसला त्रास होईल असे वागू नको. स्त्रीला एकवेळ तिच्यावर प्रेम करणारा नवरा नाही मिळाला तरी चालतो पण तिची एकच अपेक्षा असते तिच्या नवऱ्याने तिच्या मतांचा आदर करावा. एखाद्या स्त्रीला जिंकायला इतकं पुरेसं असतं." चंद्रकलाताई त्याला समजावत म्हणाल्या आणि विनीत गालात हसला.

"का रे, मी काही चुकीचं बोलले का?" त्याचं हसू पाहून चंद्रकलाताईंना वेगळं वाटलं.

"चुकीचं नाही, अगदी योग्य बोललीस. जगातल्या प्रत्येक स्त्रीने असं दुसऱ्या स्त्रीचं मन जाणलं असतं तर आज कित्येक स्त्रिया दुःखात होरपळलेल्या नसत्या. काळजी करू नको, खुशीला त्रास होईल असं मी अजिबात वागणार नाही." विनीत म्हणाला आणि त्याही सुखावल्या.

"आणि अजून एक गोष्ट लक्षात ठेव, या समाजात पुरुषाने कितीही लग्न करूदेत, समाज काही म्हणत नाही पण स्त्रीचे दुसरे लग्न लोक सहज मान्य करत नाही. पावलापावलावर काही लोकं भेटतील जे तिला त्रास देतील, टोमणे मारतील तेव्हा तिला सांभाळून घेण्याची, तिच्या समोर ढाल बनून उभा राहण्याची तुझी जबाबदारी असेल." चंद्रकलाताईंनी अजून एका वास्तविकतेची कल्पना दिली.

"हो आई! खुशीपर्यंत येणाऱ्या प्रत्येक संकटासमोर आधी मी उभा असेल." विनीतने त्यांना आश्वस्थ केलं. त्यानंतर लग्नाचा मुहूर्त जवळ आला आणि गुरुजींनी दोघांना बाहेर बोलावले. त्या लाल गर्द साडीत आज खुशीही सुंदर दिसत होती. हळूहळू विधी होत होते पण खुशीला अजूनही आपण करतोय ते योग्य आहे की अयोग्य समजत नव्हते. असेही गमवायला आयुष्यात काही राहिले नव्हते, त्यामुळे मीना आणि विनीत म्हणाल्या प्रमाणे परत एकदा स्वतःला दुसरी संधी द्यायचा विचार करून तिने स्वतःच्या मनाची तयारी केली आणि मंदिरात पोहचली.

काहीच वेळात लग्नविधी सुरु झाल्या. विनीतने तिच्या गळ्यात मंगळसूत्र घातले आणि कितीही नाही म्हटलं तरी तिच्या डोळ्यातून एक अश्रू खाली ओघळलाच. विनीतला वाईट वाटत होतं. आपण हे नातं तिच्यावर लादत तर नाही ना एक क्षण वाटलं पण काही दिवसांपूर्वी तिची झालेली हालत आठवली आणि त्याने आपल्या मनातले विचार बाजूला ठेवले आणि तिच्या भांगेत आपल्या नावाचं कुंकू भरले. आज विधिवत पूजेने ती त्याची झाली होती. तिच्या नावापुढे त्याचं नाव लागणार होते पण अजूनही ती त्याची नव्हती त्याला जाणीव होती.

चंद्रकलाताईंनी खूप हौसेने खुशीचा गृहप्रवेश केला, तसेही जास्त नातेवाईक नव्हतेच त्यामुळे खूप मोजक्या लोकांमध्ये हा सोहळा उरकला होता. दुसऱ्या दिवशी पूजाही झाली आणि चंद्रकलाताईंनी खुशीला विनीतच्या रूममध्ये पाठवले. खुशी मात्र घाबरली होती, अजून हे नातं सुरू करायला मनाची तयारी नव्हती. काही वेळात विनीत रूममध्ये आला तर अस्वस्थ खुशीला पाहून त्याने बेडवरची उशी उचलली आणि जाऊन सोफ्यावर बसला.

"खुशी, रिलॅक्स! तुला घाबरायची गरज नाही. मी आधीच म्हणालो आहे आपल्या या नात्यात मी कोणत्याच गोष्टीसाठी तुला फोर्स करणार नाही. आज पासून मी इथेच झोपेल, तू निवांत बेडवर झोप." एवढे बोलून त्याने डोळे बंद केले आणि तीही रिलॅक्स होऊन डोळे बंद करून बेडवर पडली.

त्यानंतर दुसऱ्या दिवसापासून तिने घरातल्या कामात सहभाग घेतला. चंद्रकलाताई, घरातील नोकर मंडळी यांच्या सोबत तिची चांगलीच गट्टी जमली होती. विनीत बरोबर मात्र अजून नातं एवढे बहरले नव्हते. थोडं फार कामानिमित्त बोलणे व्हायचे. पण ती आठवणीने त्याची सगळी कामे करायची. तो येईपर्यंत जेवायला थांबायची. हळूहळू दोघांत मैत्री होऊ लागलेली. प्रेम आहे की नाही माहित नाही पण त्याच्यासोबत वेळ घालवायला तिला आवडू लागले होते.

असेच काही महिने गेले असतील. चंद्रकलाताई एका कार्यक्रमासाठी दुसऱ्या शहरात नातेवाईकांकडे गेल्या होत्या. रात्रीची वेळ होती. घरातली नोकर मंडळीही काम करून घरी गेली होती. नेहमीच्या तिथेच राहणाऱ्या काकू आपल्या घरामागच्या सर्व्हन्ट रूममध्ये झोपायला गेल्या होत्या. बाहेर धो धो पाऊस कोसळत होता आणि नेहमी नऊ वाजता घरी येणारा विनीत रात्रीचे बारा वाजले तरी आला नव्हता. ती फोनवर फोन लावत होती पण त्याचा फोनही लागत नव्हता. ऑफिसमध्येही फोन करून विचारले तर तो ऑफिसमधून आधीच निघाला होता. टीव्हीवर शहरात पाणी साचल्याच्या बातम्या झळकत होत्या. रस्ते पाण्याखाली गेले होते, विजेच्या तारा तुटल्या होत्या, रस्त्यावर झाडे कोसळली होती. तिला आता भिती वाटू लागली होती. त्याच्या काळजीने रडू येत होते. तीन तास वाट पाहून ती स्वतःच त्याला शोधायला निघाली.

छत्री घेऊन ती गेट बाहेर आली पण वाऱ्याचा वेग इतका होता की काहीच क्षणात छत्री उडून गेली पण ती थांबली नाही आता फक्त विनीतला शोधायचे इतकेच ठरवले होते. काही अंतर पुढे गेल्यावर समोरच्या पावसात एक गाडी तिच्याकडे येताना दिसली. पावसामुळे गाडीचा वेगही कमी होता. तिने त्या पावसात पण डोळे मोठे करून पाहिले तर तो विनीत होता. क्षणाचाही विलंब न करता ती धावतच त्याच्याकडे गेली. तिला असे भर रस्त्यात पावसात धावताना पाहून तोही गोंधळला होता पण गाडीतून उतरून तो पटकन तिच्या समोर आला. तो काही बोलणार इतक्यात तिनेच जाऊन त्याला मिठी मारली.

"तुम्ही.. तुम्ही... ठी..क तर आहात ना?" भिजल्याने ती थरथरत होती.

"मी ठीक आहे, पण तू इथे काय करतेय?" त्यानेही तिच्याकडे पाहून विचारले पण तिला धड बोलताही येत नव्हते. तिची हालत पाहून त्याने पटकन तिची मिठी

सोडवली आणि तिला घेऊन गाडीत बसला. काहीच वेळात दोघेही घरी पोहचले. ती मात्र कुडकुडत काहीशी शांत झाली होती.

"खुशी कपडे बदलून घे, नंतर बोलूयात." त्याने तिला बाथरूमपर्यंत सोडले आणि स्वतःचे कपडे घेऊन तो दुसऱ्या रूममध्ये गेला. काही वेळात ती बाहेर आली तर त्याने दोघांसाठी कॉफी बनवली होती.

"कॉफी" म्हणत त्याने तिच्या हातात कप दिला. पावसात भिजलेली ती थंडीने अजूनही कुडकुडत होती. दोन घोट कॉफी पोटात गेली आणि तिलाही बरं वाटले.

"खुशी! काय वेडेपणा आहे हा? इतक्या पावसात घराबाहेर का निघालीस?" त्याने काहीश्या रागात विचारले. बाहेरची परिस्थिती किती भयंकर झाली आहे त्यालाही माहित होते. अश्या पावसात बाहेर पडणे किती धोकादायक आहे याची त्याला चांगलीच कल्पना होती.

"तुम्हाला शोधायला." खुशी मान खाली घालून म्हणाली.

"का?"

"तुमचा फोन लागत नव्हता."

"पावसामुळे नेटवर्क नव्हतं आणि ट्रॅफिकही बरंच होतं. मला फोन करता आला नाही पण तू थोडी वाट पाहायची होती ना."

"मला भीती वाटत होती."

"कसली?"

तो एकएक प्रश्न विचारत तिच्या जवळ पोहचला होता. ती मात्र ह्या प्रश्नावर गप्प बसली.

"कसली भीती वाटत होती खुशी?" त्याने तिच्या जवळ जात तिचा चेहरा आपल्या ओंजळीत घेत विचारले. तिनेही नजर वर करून पाहिले. तिच्या डोळ्यात काहीसे पाणी होते आणि अजून खूप सारे भाव जे त्याला समजून घ्यायचे होते. तिच्या डोळ्यातला एक अश्रू गालावर ओघळला आणि विनीतने तो आपल्या ओठांनी टिपला. तिने आपले डोळे बंद करून घेतले.

"सांग ना खुशी? कसली भीती वाटत होती तुला?" तिच्यापासून थोडं दूर होत त्याने परत एकदा विचारले.

"तुम्हाला गमावण्याची! मला भीती वाटत होती की तुम्ही पण माझ्यापासून दूर व्हाल. यावेळी मला माझ्या जवळच्या माणसाला गमवायचं नव्हतं." ती त्याच्या नजरेला नजर मिळवत म्हणाली आणि त्याच्या चेहऱ्यावर समाधानयुक्त हसू आले.

"आणि मला काही झालं असतं तर?" विनीतने अश्रू भरल्या डोळ्यांनी विचारले.

"विनीतss" तिच्याही डोळ्यात दुःख दाटून आले.

"तुम्हाला काही झालं असत तर यावेळी मीही मेले असते." रडत रडत ती त्याच्या मिठीत शिरली. त्याला तर आज आभाळ ठेंगणं वाटत होते. आनंदातच त्यानेही तिच्याभोवती आपली मिठी घट्ट केली.

"आय लव यु" तिच्या केसांवर ओठ टेकवून तो हळूच पुटपुटला.

"आय लव यु टु.. कधी, कसे, केव्हा माहित नाही पण मी तुमच्या प्रेमात पडलेय. आज जेव्हा तुम्हाला गमावण्याची भिती वाटली तेव्हा जाणवलं माझ्या आयुष्यात तुमची काय जागा आहे." तिने डोळ्यातले पाणी पुसत त्याला सांगितले आणि यावेळी त्याच्याही डोळ्यातले पाणी कडा ओलांडून बाहेर आले. शेवटी त्याचं प्रेम, त्याचा संयम जिंकला होता. त्याच्या प्रेमाने तिच्या हृदयात स्वतःसाठी जागा मिळवली होती.

आज दोघांच्याही डोळ्यात पाणी होते पण ते आनंदाश्रू होते. त्याने तिच्या कपाळावर ओठ टेकवले आणि तिनेही समाधानाने डोळे बंद केले. आज तिला त्याची व्हायचं होतं. तिने स्वतःला त्याच्या स्वाधीन केलं. त्या रात्री पाऊस कोसळत होता, थैमान घालत होता पण इथे प्रेमासाठी तरसलेले दोन जीव मात्र एक होत होते.

त्या रात्रीनंतर दोघांचं नातं नव्याने सुरू झालं. त्याच्या प्रेमाच्या दुनियेत ती आपला भूतकाळ विसरली होती. तोही आता नव्याने तिच्या प्रेमात रंगत होता. आपल्या मुलांच्या नजरेत असलेले समाधान पाहून चंद्रकलाताईही सुखावल्या होत्या.

काहीच दिवसात नवीन पाहुणा घरी येण्याची बातमी कळाली आणि पुढच्या नऊ महिन्यांनी त्यांच्या प्रेमवेलीवर एक नाजूक कळी उमलली. दोघांचा दृष्ट लागण्यासारखा संसार सुरू होता. नियतीने हिरावून घेतलेले सुख विनीतमुळे परत एकदा तिच्या पदरात पडले होते.

विनीतही आपल्या छोट्याशया जगात आनंदित होता. बिझनेसमध्येही प्रगती होत होती. अश्याच एकेदिवशी एका बिझनेस पार्टीमधून परतत असताना एक मुलगी अचानक त्याच्या गाडीसमोर आली. विनीतने वेळेत ब्रेक दाबल्याने अनर्थ टळला. दोघेही गाडी बाहेर आले. त्या मुलीला पाहून विनीत एक क्षण थबकला. त्या मुलीचीही नजर त्याच्यावर पडताच तिने उठून विनीतला मिठी मारली. तो मात्र जागीच स्तब्ध झाला.

"का गाडी थांबवली? मला मरायचं आहे.. मला मरायचं आहे." ती मुलगी अजूनही रडत होती.

"निशाss काय झालं?" विनीतने थोडं घाबरून विचारले.

"सॉरी विनीत! माझ्याकडून खूप मोठी चूक घडली." तिने त्याच्या मिठीत राहूनच म्हटलं.

"इट्स ओके" तो कसेबसे म्हणाला आणि तिला दूर केले. ती अशी का बडबडतेय हेच त्याला कळेना.

"काही खूप मोठा प्रॉब्लेम आहे का?" तिला रडताना पाहून त्याला एक क्षण वाईट वाटले. ती कशी ही वागली तरी एक वेळ अशी होती की त्याने तिच्यावर मनापासून प्रेम केले होते. तेवढ्यात खुशी तिथे असल्याची जाणीव झाली आणि विनीतने तिची ओळख करून दिली.

"ही खुशी, माझी बायको!" तो तिच्या खांद्यावर हात ठेवून म्हणाला. जणू तो दाखवून देत होता तुझ्याशिवाय मी आनंदित आहे. तिला पाहून निशाच्या डोळ्यातली नाराजी मात्र विनीतच्या डोळ्यातून सुटली नाही.

"ही निशा" विनीतने ओळख करून देताच खुशीने प्रश्नार्थक चेहऱ्याने त्याच्याकडे पाहिले आणि तिच्या नजरेतील प्रश्न समजून त्यानेही होकारात मान हलवली.

"हाय निशा. तू ठीक आहेस ना?" खुशीने काळजीने विचारले.

"निशा तू इथे काय करतेय? तू स्वतःहून माझ्या गाडीसमोर आलीस? तुला काही दुखापत झाली असती म्हणजे?" विनीतला तिच्या वागण्याचे आश्चर्य वाटत होते. शिवाय खूप सारे प्रश्नही पडले होते.

"हूंss. मला जीव द्यायचा होता म्हणून मी.... " तिच्या डोळ्यात परत पाणी तरळले. तसे खुशीने तिला आधार दिला. काहीच वेळात तिघे तिथल्याच जवळच्या एका कॅफेमध्ये बसले होते.

"काय झालं निशा की तू आत्महत्येचा प्रयत्न केला?" विनीतने तिच्यावर नजर रोखून विचारले.

"निनादला निवडून मी खूप मोठी चूक केली. निनादच्या गोड बोलण्याला मी फसले होते. तो मला वेळ द्यायचा, फिरायला घेऊन जायचा, पार्टी, शॉपिंग यावर पैसे खर्च करायचा म्हणून तो माझ्यावर प्रेम करतो मला वाटत होतं पण मी चुकीचे होते. त्याला तर माझं शरीर हवं होतं. त्यासाठीच त्याला माझ्यासोबत लग्न करायचं होतं. बाबा तयार होत नव्हते म्हणून मी पळून जाऊन त्याच्या सोबत लग्न केलं आणि काहीच दिवसात मला निनादचा खरा चेहरा दिसू लागला. हळूहळू तो माझ्यापासून दुरावत होता. त्याचे वागणे बदलत होते. त्याच्या माझ्या आधीही खूप गर्लफ्रेंड होत्या आणि लग्नानंतरही काहीच दिवसांत एका मुलीसोबत

मी त्याला रंगेहात पकडले. मला हे सहन झाले नाही म्हणून मी त्याला डिव्होर्स दिला." निशा खाली मान घालून बोलत होती. खुशीला ऐकून वाईट वाटले. अश्या प्रकारची फसवणूक तिचीही झाली होती.

"निशा प्लिज रडू नको. पण फक्त यासाठी तू जीव देतेस?" खुशीने विचारले.

"काय करू मग? ज्याच्यावर विश्वास ठेवला त्याने फसवणूक केली आणि बाबांही परत तोंड दाखवू नको म्हणाले. त्यात राहायला स्वतःच घर नाही, आता एका मैत्रिणीकडे राहतेय. अशा वेळी कुठे जाऊ? कोणाला मदत मागू? मला स्वतःचीच लाज वाटतेय म्हणून मग मी स्वतःलाच....." पुढचे शब्द हुंदक्यात बाहेर पडलेच नाही.

"जे झालं ते बदलता येऊ शकत नाही. पण डोन्ट वरी परत नव्याने आयुष्याला सुरुवात कर आणि हो तुला पैशांची अडचण आहे तर उद्या यांच्या ऑफिसमध्ये येऊन भेट. तिथे तुला नक्कीच तुझ्या योग्यतेचा जॉब मिळेल आणि एखादा तुझ्यावर प्रेम करणारा मुलगाही नक्कीच तुझ्या आयुष्यात येईल." खुशीने बोलून तिला आधार दिला. विनीत मात्र खुशीचे बोलणे ऐकून आश्चर्यचकित झाला होता. निशाचा निरोप घेऊन दोघेही घरी आले.

"काय झालं विनीत तुम्हाला माझा निर्णय आवडला नाही का?" खुशीने त्याला नाराज पाहून विचारले.

"आपण तिला पैशांची मदत नक्की केली असती पण तिला माझ्या ऑफिसमध्ये जॉब बद्दल का बोललीस?"

"काही प्रॉब्लेम आहे का?"

"तुला असुरक्षित वाटत नाही? म्हणजे अशी स्त्री जिच्यावर माझं प्रेम होतं ती आता माझ्यासोबत काम करणार, जी आता एकटी आहे...." तो बोलत होता की ती हसू लागली.

"अहो यात असुरक्षित वाटण्याचा प्रश्नच नाही. मला माहित आहे माझ्या नवऱ्याचं माझ्यावर किती प्रेम आहे. अशा कितीही निशा आल्या तरी ते कमी होणार नाही. ती डोळ्यासमोर असली की तिची काळजी लागून राहणार नाही म्हणून मी असं म्हटलं. प्रेम करायच्या आधी मैत्रीण होती ना ती तुमची मग तिच्यासाठी एवढंही करणार नाही तुम्ही?" तिने स्मित करत विचारले.

"पण तरीही मला हे नाही आवडलं. स्वतःच्या स्वार्थासाठी ती मला सोडून गेली होती. मला किती त्रास झाला होता." तोंड फुगवून तो नजर बाजूला करत म्हणाला आणि ती त्याच्या समोर आली.

"पण हा विचार केलाय? ती जर तुमच्या आयुष्यातून कधी गेली नसती तर तुमची आणि माझी कधी भेटच झाली नसती. आयुष्यात घडणाऱ्या काही वाईट घटनाही चांगल्या घटनांची सुरुवात असती. आपली भेट पण त्याच वाईट घटनेमुळे झाली आहे." खुशी म्हणाली आणि त्यालाही ते पटलं आणि मग निशाला एक मैत्रीण म्हणून त्याने आपल्याच ऑफिसमध्ये काम दिले.

अजून काही वर्षं सरली. त्याची छोटी परी थोडी मोठी झाली आणि विनीतच्या आग्रहाखातर तिने सगळ्यांसमोर गाणं गायला सुरुवात केली. आधी असलेली आवड आता तिचे करिअर बनत होते.

एका चॅरिटीच्या उपक्रमात तिने भाग घेतला होता. तिच्या आणि बाकी काही गायकांच्या गाण्यामुळे जेवढे पैसे मिळतील तेवढे सगळे चॅरिटी करायचे ठरले होते. कार्यक्रम झाला आणि बाहेर पडताना एक स्त्री तिच्या समोर आली.

"खुशी, मला माफ कर पण प्लिज माझी मदत कर." ती स्त्री हात जोडून बोलत होती. खुशीला मात्र कळेना ही नक्की कोण आहे आणि तिची माफी का मागतेय.

इतक्यात मागे खाली मान घातलेला पार्थ दिसला आणि ती श्वास रोखून त्याला पाहू लागली. खुशी कोणाला पाहतेय म्हणून विनीतनेही तिकडे पाहिले तर तोही याला कुठे पाहिले आहे ते आठवू लागला. अचानक त्याच्याही लक्षात आले हा पार्थ आहे, खुशीच्या घरी याचा फोटो पाहिला होता पण फोटोपेक्षा आता प्रत्येक्षात तो फारच बारीक दिसत होता, चेहऱ्यावरही उदासी स्पष्ट दिसत होती.

"खुशी, प्लिज आम्हाला मदत कर. मी तुझ्यासोबत खूप चुकीचे वागले. त्याची शिक्षा मला देवाने दिली आहे. तुझं सुख हिरावून घेतलं होतं पण जास्त दिवस ते सुख मी ही उपभोगू शकले नाही. माझा मुलगा.. माझा मुलगा शेवटच्या घटका मोजतोय. प्लिज, त्याचा जीव माझ्या पदरात टाक." स्नेहाने म्हणजे पार्थच्या बायकोने तिच्या समोर पदर पसरला. पार्थनेही पुढे येऊन हात जोडले. मान वर करून तिच्याकडे पाहायची त्याच्यात हिंमतच नव्हती.

"रिलॅक्स! शांत व्हा. आणि असे हात जोडू नका. काय झालंय नक्की तुमच्या मुलाला?" तिथली परिस्थिती पाहत विनीतने विचारले.

"आमच्या मुलाला जन्मजात हृदयात छिद्र आहे. त्यामुळे खूप वेळा त्याला त्रास होतो. त्याच्या उपचारासाठी आम्ही आमची सगळी जमापुंजी संपवली, राहतं घरही विकले, नातेवाईकही कर्ज देऊन वैतागले आणि चार दिवसांपूर्वी त्याची परत तब्येत बिघडली. डॉक्टर म्हणाले यावेळी अमेरिकेहून डॉक्टर येतील पण त्यांची फी जास्त आहे आणि आता आमच्याकडे इतके पैसे नाहीत. स्वतःला विकलं तरी आम्ही आमच्या मुलाचा जीव वाचवू शकत नाही. आज डॉक्टरांनी

ह्या कार्यक्रमाबद्दल सांगितलं आणि आम्ही मदतीच्या अपेक्षेने इथे आलो." रडत रडत स्नेहा सांगत होती आणि इथे खुशीच्या डोळ्यात पाणी दाटले होते.

"मला माफ कर खुशी. तुझा गुन्हेगार आहे मी! तुझा विश्वासघात करण्याचं पाप मी केलं होतं. प्रत्येकाला आपल्या कर्माची फळं ह्याच जन्मात भोगावी लागतात असे म्हणतात आणि मीही तेच भोगतोय. पण माझ्या कर्माची शिक्षा माझ्या मुलाला नको मिळायला. प्लिज, माझ्या मुलाला वाचव. आयुष्यभर तुझा गुलाम बनून राहील." पार्थ हात जोडून म्हणाला आणि खुशीने डोळे पुसून त्याचे हात खाली केले.

"मी तेव्हाही इतकी कठोर नव्हते आणि आत्ताही नाही. जे ज्याचं असतं त्याला ते मिळतं. कदाचित आपली जोडी चुकून जमली होती म्हणून आपण वेगळे झालो. माझ्या मनात तुझ्याबद्दल काही द्वेष नाही. हा चेक धर, जेवढी रक्कम हवी तितकी लिही. आपलं बाळ गमवण्याचं दुःख मीही भोगलं आहे तेच दुःख अजून कोणी भोगावे असे मला अजिबात वाटत नाही." पार्थच्या हातात एक ब्लँक चेक देऊन खुशीने त्याचा निरोप घेतला. विनीतला मात्र तिच्या वागण्याचे अजिबात आश्चर्य वाटले नाही. खुशीच्या नावातच आनंद होता जी तो प्रत्येकाच्या आयुष्यात वाटत होती मग निशा असो वा पार्थ की अगदी विनीत; प्रत्येक जण हेच म्हणत होता,"खुशी, जगण्याचे कारण आहेस तू!!!"

<u>समाप्त</u>